Maanghang na Pagluluto ng Cajun

Kabisaduhin ang Sining ng Cajun Cuisine gamit ang Nakakataba at Tunay na 100 Masarap na Recipe para Dalhin ang Mga Lasa ng Louisiana sa Iyong Kusina

Juan Pastor

TALAAN NG MGA NILALAMAN

PANIMULA

Ang lutuing Cajun ay kilala sa matapang at maanghang na lasa nito, na naiimpluwensyahan ng magkakaibang kultura na humubog sa mga tradisyon sa pagluluto ng Louisiana. Mula sa seafood gumbo hanggang jambalaya, crawfish etouffee hanggang blackened catfish, ang Cajun cuisine ay may para sa lahat. Sa cookbook na ito, nasasabik kaming magbahagi ng 100 tunay at masarap na mga recipe ng Cajun na siguradong magpapaganda ng iyong kusina. Isa ka mang batikang propesyonal o baguhan sa masarap na lutuing ito, masasagot ka namin. Ang aming mga recipe ay madaling sundin, na may sunud-sunod na mga tagubilin at kapaki-pakinabang na mga tip upang matiyak na ang iyong mga lutuin ay magiging perpekto sa bawat oras. Magbabahagi din kami ng ilang background na impormasyon sa Cajun cuisine at ang kasaysayan nito, pati na rin ang mga tip para sa pag-master ng mga natatanging lasa at diskarte na ginagawang espesyal ang lutuing ito. Kaya, samahan kami sa paglalakbay na ito upang matuklasan ang sining ng pagluluto ng Cajun. Sa aming 100 recipe, magagawa mong dalhin ang mga lasa ng Louisiana sa iyong sariling kusina at mapabilib ang iyong mga kaibigan at pamilya sa iyong mga kasanayan sa pagluluto. Sa cookbook na ito, makikita mo ang:

I. Mga tunay na sangkap at pampalasa ng Cajun
II. Mga pagkaing-dagat at mga pagkaing karne
III. Masarap na vegetarian options
IV. Mga recipe na madaling sundin para sa mga klasikong pagkain
V. Mga natatanging twist sa mga tradisyonal na paborito
VI. Mga tip para maperpekto ang mga diskarte sa pagluluto ng Cajun
VII. Impormasyon sa kultura at kasaysayan ng Cajun
VIII. Mga larawan ng bawat ulam

At marami pang iba! Kaya, kung nais mong mapabilib ang iyong mga bisita sa hapunan o mag-enjoy lang ng ilang maanghang at malasang pagkain, ang cookbook na ito ay para sa iyo.

GUMBO

1. Jamaican Squash Soup

GINAWA4

MGA INGREDIENTS:
- 1 malaking sibuyas, binalatan at tinadtad
- 1 karot, binalatan at tinadtad
- 1 jalapeño, paminta, inalis ang mga buto, pinong tinadtad
- 3 kutsarang mantikilya
- 2 kutsarita ng ground cumin
- 2 kutsarita ng ground coriander
- ½ kutsarita ng giniling na kanela
- ½ kutsarita ng cayenne pepper
- ½ kutsarita ng sili na pulbos
- 1 malaking spaghetti squash, binalatan at hiniwa
- Stock ng manok para takpan ang mga gulay, mga 3 tasa
- Juice ng 1 orange
- Katas ng 1 kalamansi

ANCHO CREAM
- 2 hanggang 3 mga sili ng ancho, hiniwa nang kalahati, tangkay, at pinagbinhan
- 6 na kutsarang almond milk
- 4 na kutsarang kulay-gatas
- asin
- Paminta
- Lime juice sa panlasa

MGA TAGUBILIN:
a) Sa isang malaking mabigat na palayok, pawis na sibuyas, karot, at Jalapeno pepper sa mantikilya hanggang malambot
b) Magdagdag ng cumin, coriander, cinnamon, cayenne, at chili powder
c) Magluto ng karagdagang 2 minuto sa mababang init
d) Magdagdag ng kalabasa
e) Takpan ang pinaghalong may stock, juice ng isang orange, at juice ng kalamansi Pakuluan hanggang lumambot ang kalabasa, mga ½ oras
f) Payagan ang paglamig

g) Purée mixture sa processor o gumamit ng immersion blender

h) Ibalik ang sopas sa kawali, timplahan ng asin at paminta

i) Painitin muli at ayusin ang pampalasa kung kinakailangan

j) Paikutin sa Ancho Cream

k) Palamutihan ng kulay-gatas na pinanipis na may ilang mabigat na cream

l) Ilagay ang dab sa gitna ng isang soup bowl at gamit ang toothpick, i-drag mula sa gitna papunta sa labas at bumuo ng star o spider web

2. Keto egg drop soup

GUMAGAWA: 1

MGA INGREDIENTS:
a) 1 ½ tasang Sabaw ng Manok
b) ½ cube Chicken Bouillon
c) 1 kutsarang Mantikilya
d) 2 malalaking Itlog
e) 1 kutsarita Chilli Garlic Paste

MGA TAGUBILIN:
a) Maglagay ng kawali sa stovetop at i-on ito sa medium-high heat.
b) Idagdag ang sabaw ng manok, bouillon cube, at mantikilya. Pakuluan.
c) Haluin ang chili garlic paste.
d) Talunin ang mga itlog nang hiwalay at idagdag ang mga ito sa kumukulong sabaw.
e) Pagsamahin nang lubusan at lutuin ng 3 minuto pa.
f) maglingkod.

3. Jamaican hipon na sopas

GUMAGAWA: 2

MGA INGREDIENTS:
- 2 kutsarang Green Curry Paste
- 1 tasang Stock ng Gulay
- 1 tasang Gata ng niyog
- 6 oz. Precooked na Hipon
- 5 oz. Broccoli Florets
- 3 kutsarang Cilantro, tinadtad
- 2 kutsarang Langis ng niyog
- 1 kutsarang Soy Sauce
- Katas ng ½ Lime
- 1 medium Spring Onion, tinadtad
- 1 kutsarita ng Dinurog na Inihaw na Bawang
- 1 kutsaritang Minced Ginger
- 1 kutsarita ng Fish Sauce
- ½ kutsarita ng Turmerik
- ½ tasa ng Sour Cream

MGA TAGUBILIN:
a) Sa isang medium-sized na kasirola, tunawin ang langis ng niyog.
b) Idagdag ang bawang, luya, spring onions, green curry paste, at turmerik. Idagdag ang toyo, at patis.
c) Magluto ng 2 minuto.
d) Magdagdag ng sabaw ng gulay at gata ng niyog at haluing maigi. Magluto ng ilang minuto sa mababang init.
e) Idagdag ang broccoli florets at cilantro at haluing maigi kapag medyo lumapot na ang kari.
f) Kapag nasiyahan ka sa pagkakapare-pareho ng kari, idagdag ang hipon at katas ng kalamansi, at ihalo ang lahat.
g) Magluto ng ilang minuto sa mababang init. Kung kinakailangan, timplahan ng asin at paminta.

4. Nilagang Calaloo

MGA INGREDIENTS:

- Tinadtad na dahon ng calaloo
- 3 kutsara ng langis ng gulay
- 2 tinadtad na sibuyas ng bawang
- 2 medium na sibuyas
- 1 tasang gata ng niyog
- asin
- Paminta
- Hot pepper sauce

MGA TAGUBILIN:

a) Init ang mantika sa isang mabigat na kasirola. Magdagdag ng tinadtad na sibuyas at bawang. Kapag malambot na, ilagay ang mga dahon ng calaloo at ihalo hanggang malagyan ng mantika at malanta.

b) Magdagdag ng gata ng niyog hanggang sapat upang matakpan ang calaloo. Pakuluan hanggang lumambot ang calaloo at sumingaw na ang karamihan sa gatas.

c) Magdagdag ng mga pampalasa at magsilbi bilang isang gulay.

5. Coconut Prawn Soup

GINAWA: 4

MGA INGREDIENTS:
- 600g ng hilaw na hipon, deveined
- 1 maliit na sibuyas na tinadtad
- 2 medium-sized na karot na tinadtad
- 1 pulang kampanilya paminta tinadtad
- 2-3 tasa ng spinach o kale, tinadtad
- 2 scallion tinadtad
- isang dakot ng buong okra
- 4 na sibuyas ng bawang na tinadtad
- 1 kutsarang luya na tinadtad
- 1 lata ng gata ng niyog
- 1 litro ng stock ng gulay
- 1 kutsarita ng seafood seasoning
- 1 kutsarita ng itim na paminta
- 5 sprigs ng sariwang thyme
- 2 kutsarita ng perehil
- 1 scotch bonnet
- ¼ kutsarita ng pulang chili flakes para sa init
- isang piga ng sariwang katas ng kalamansi
- ⅛ kutsarita ng Himalayan pink salt
- langis ng niyog
- 1 kutsara ng balinghoy na hinaluan ng 2 kutsara ng maligamgam na tubig para sa mas malapot na sabaw

MGA TAGUBILIN:
a) Ilagay ang mga hipon sa isang medium bowl at i-marinate kasama ang seafood seasoning, pagkatapos ay itabi.
b) Matunaw ang 2 kutsarang langis ng niyog sa isang malaking kasirola sa katamtamang init.
c) Magpatuloy sa pagdaragdag ng mga sibuyas, scallion, at bawang pagkatapos ay igisa hanggang malambot at transparent.
d) Idagdag ang carrots, bawang, bell peppers, at spinach at magpatuloy sa pagluluto ng 5 minuto

e) Idagdag ang black pepper, parsley, thyme, at chili flakes (kung gagamit) at haluin at ihalo sa mga gulay.

f) Ibuhos ang stock ng gulay at gata ng niyog sa kasirola pagkatapos ay pakuluan

g) Idagdag ang scotch bonnet at pagkatapos ay bawasan ang apoy sa mahina na may takip.

h) Kumulo ng 20 minuto

i) Pagkatapos ng 15 minuto, ilagay ang okra at hipon at haluin ang tapioca paste kung gusto mong medyo makapal ang sabaw.

j) Pigain ang kalamansi sa buong sopas at hayaang kumulo ng isa pang 5 minuto.

6. Gungo Pea Soup

GINAWA6-8

MGA INGREDIENTS:
- 2 tasa (400 g) pinatuyong gungo o pigeon peas
- 1 pinausukang ham hock
- 2 medium na sibuyas, gupitin sa malalaking piraso
- 2 karot, gupitin sa malalaking piraso
- 1 tangkay ng kintsay, na may mga dahon
- 2 scotch bonnet o jalapeño na sili, tinanggalan ng binhi at hiniwa
- 1 clove ng bawang, tinadtad
- 1 dahon ng bay
- 1 kutsaritang dinurog na sariwang dahon ng rosemary o ¼ kutsarita ng dinurog na tuyo na rosemary
- 1 bahagi Spinners

MGA TAGUBILIN:
a) Ihanda ang Spinners

b) Hugasan ang mga gisantes at ilagay ang mga ito sa isang mangkok. Magdagdag ng sapat na tubig upang matakpan at ibabad sa magdamag. Patuyuin at itabi.

c) Magdagdag ng 6 na tasa ng tubig sa isang stockpot at idagdag ang ham hock, sibuyas, karot, kintsay, sili, bawang, bay leaf, at rosemary. Pakuluan, bawasan ang apoy sa mababang, at kumulo sa loob ng 45 minuto. Salain ang stock, ireserba ang ham hock at itapon ang mga gulay. I-skim ang taba mula sa stock.

d) Ibalik ang stock at ang ham hock sa stockpot kasama ang babad na mga gisantes. Pakuluan sa mahinang apoy hanggang malambot ang mga gisantes, mga 2 oras. Alisin ang kalahati ng mga gisantes mula sa sopas na may slotted na kutsara at purée sa isang food processor.

e) Ibalik ang purée sa sopas.

f) Idagdag ang inihandang Spinners sa sopas at painitin.

7. Instant Pot Lentil Gumbo

Gumagawa: 6

MGA INGREDIENTS:

- 1 tasa kuliplor, pinong tinadtad
- 1 lata na walang asin na kamatis, diced
- 1 tasang lentil
- 2 kutsarang Apple Cider vinegar
- 1 ½ tasang tinadtad na sibuyas
- 2 tasang sariwang okra, tinadtad
- 2 kutsarang sabaw ng gulay
- 1 kutsarita ng Cajun mix spice
- 1 pulang kampanilya paminta, tinadtad
- ½ tasang tomato sauce
- 1 kutsaritang tinadtad na bawang
- 3 tasang sabaw ng gulay
- 2 tadyang ng kintsay, tinadtad
- ½ kutsarang sariwang oregano
- 1 kutsarang sariwang thyme
- ½ kutsarita ng cayenne
- Kosher salt sa panlasa
- Hiniwang jalapeno at sariwang cilantro para palamuti
- Slurry para kumapal

MGA TAGUBILIN:

a) Sa isang kaldero, igisa ang sabaw ng gulay, sibuyas, bawang, kampanilya, at kintsay sa loob ng 5 minuto hanggang lumambot at mabango.

b) Idagdag ang mga pampalasa at ihalo muli sa loob ng 1 minuto.

c) Magdagdag ng natitirang mga sangkap maliban sa asin at paminta, pagkatapos ay ihalo.

d) Ilagay ang takip sa isang pressure cooker pagkatapos ay itakda itong magluto nang hindi bababa sa 12 minuto. Ang natural na paglabas ay pinakamahusay na gumagana upang matiyak na ang mga lentil ay ganap na luto. Ngunit kung ikaw ay nasa isang tali, takpan ang vent ng isang tela, pagkatapos ay mabilis na bitawan.

e) Pagkatapos magluto, magdagdag ng ½ kutsarita ng asin at paminta. Haluin at panatilihin itong mainit-init sa loob ng 10 minuto hanggang ang gumbo ay magkaroon ng makapal na pagkakapare-pareho. (Huwag magdagdag ng sobrang asin habang niluluto ang gumbo).

f) Maghanda upang ihain sa mga mangkok at palamutihan ng mga jalapeño, sariwang cilantro, at mga red pepper flakes.

8. Alaska octopus gumbo

Gumagawa: 4 Servings

MGA INGREDIENTS:
½ tasa diced bacon
2 tasang Tubig
1 pint Fresh octopus, steamed hanggang malambot
2 tasang medyo undercooked na steamed rice
1 libra Mga de-latang kamatis
1 Can okra
½ tasa tinadtad na sibuyas
1 diced berdeng paminta
¼ kutsarita ng Cayenne
½ tasa Diced celery
Asin at paminta para lumasa

Pakuluan ang bacon sa tubig sa loob ng 15 minuto, pagkatapos ay idagdag ang natitirang mga sangkap. Pakuluan nang sama-sama sa loob ng sampung minuto. Ihain kasama ng mainit na cornbread.

9. Inihurnong gulay na gumbo creole

Gumagawa: 10 servings

MGA INGREDIENTS:
1 pounds Sariwang okra, diag. hiniwa
2 pakete ng Frozen na hiniwang okra(10oz)
Kumukulong inasnan na tubig
1 tadyang kintsay, pahilis na hiniwa
2 kampanilya paminta, sa mga piraso
2 pack ng Frozen na limang beans(10oz)
8 Mga tainga ng sariwang butil ng mais
2 pack ng Frozen corn, lasaw(10oz)
Mantikilya o margarin
Mga mumo ng tinapay
1 maliit na sibuyas, tinadtad
4 hinog na kamatis, hiniwa
2 Serrano chile, hiniwa nang manipis
1 kutsarita tinadtad na sariwang basil
½ kutsarita pinatuyong basil, durog
Asin sa panlasa
Itim na paminta sa panlasa
½ tasang Ginutay-gutay na Monterey Jack

MGA TAGUBILIN:
a) Magluto sandali ng sariwang okra sa kumukulong tubig na inasnan; alisan ng tubig.
b) Paputiin ang kintsay sa kumukulong inasnan na tubig.
c) Magdagdag ng bell peppers at limang beans at lutuin hanggang malambot lamang; sa huling 30 segundo, magdagdag ng mais (huwag mag-overcook), pagkatapos ay alisan ng tubig ang mga gulay.
d) Mantikilya ang isang malaking baking dish at budburan ng mga mumo ng tinapay; magdagdag ng isang layer ng corn-bean mixture at okra.

e) Pagsamahin ang sibuyas, kamatis at basil; kutsarang layer ng sibuyas-kamatis na pinaghalong sa ibabaw ng ilalim na layer sa ulam.

f) Budburan ng sili at timplahan ng asin at paminta.

g) Dot na may mantikilya at budburan ng bread crumbs.

h) Ulitin ang pagpapatong hanggang mapuno ang kaserol.

i) Sa itaas na may isang layer ng okra na itinubog sa mga mumo at bahagyang ginisa sa mantikilya; iwisik nang pantay-pantay ang ginutay-gutay na keso kung gusto.

j) Maghurno nang walang takip sa preheated na 300' sa loob ng 1 oras.

10. Cajun catfish gumbo

Gumagawa: 10 Servings

MGA INGREDIENTS:
2 tasang tinadtad na sibuyas
2 tasa berdeng sibuyas; tinadtad *
1 tasang tinadtad na kintsay
½ tasa Bell pepper; tinadtad
6 Cl Bawang; tinadtad
6 7-oz na fillet ng hito; sumingit
3 7-oz na fillet ng hito; para sa st
1 libra karne ng alimango; (kuko)
1 libra Hipon; (binalatan)
1½ tasang Langis
1½ tasang harina
4 quarts Mainit na tubig
asin; sa panlasa
Cayenne paminta; sa panlasa
* hiwalay at magreserba ng mga gulay.

MGA TAGUBILIN:

a) Sa hiwalay na palayok, pakuluan ang 3 (7 oz.) na fillet ng hito sa 1 quart ng bahagyang inasnan na tubig sa loob ng 15 minuto. Salain sa pamamagitan ng tela ng keso at magreserba ng likido. Higain ang hito at magreserba ng karne. Sa mabigat na ilalim na gumbo pot, magdagdag ng mantika at harina. Lutuin sa katamtamang init na patuloy na pagpapakilos hanggang sa ginintuang kayumanggi. Mag-ingat, huwag masunog! Idagdag ang lahat ng pampalasa maliban sa mga tuktok ng berdeng sibuyas. Igisa ng 5 minuto.

b) Idagdag ang lahat ng stock ng isda at tinadtad na hito. Magdagdag ng mainit na tubig, isang sandok sa isang pagkakataon, hanggang sa makamit ang pare-pareho ng makapal na sopas. Magdagdag ng claw crab meat, at kalahati ng hipon. Bawasan para kumulo. Magluto ng humigit-kumulang 45 minuto, pagpapakilos paminsan-minsan. Magdagdag ng hito, natitirang hipon at berdeng sibuyas sa tuktok. Magluto ng 10-15 minuto. Timplahan ayon sa panlasa gamit ang asin at cayenne pepper. Magdagdag ng tubig kung kinakailangan upang mapanatili ang volume. Ihain sa ibabaw ng puting bigas.

JAMBALAYA

11. <u>Slow Cooker Jambalaya</u>

MGA INGREDIENTS:
- 1 ½ pound na walang buto na mga hita ng manok, hinugasan, pinutol ng labis na taba, at gupitin sa 1 pulgadang cube
- 3 link na pinausukang sausage ng Cajun (mga 14 ounces sa kabuuan), gupitin sa 1/4-pulgada na kapal ng mga bilog
- 1 katamtamang sibuyas, tinadtad
- 1 berdeng paminta, tinadtad
- 1 tangkay ng kintsay, tinadtad
- 3 sibuyas ng bawang, tinadtad
- 2 kutsarang tomato paste
- 1 kutsarita Creole seasoning
- 1 kutsarita ng asin
- ½ kutsarita sariwang giniling na itim na paminta
- ½ kutsarita ng sarsa ng Tabasco
- ½ kutsarita ng Worcestershire sauce
- 2 tasang sabaw ng manok
- 1 ½ tasang long-grain rice
- 2 libra katamtamang hipon, binalatan at hiniwa (opsyonal)

MGA TAGUBILIN:
a) Ilagay ang lahat ng sangkap (maliban sa hipon, kung ginagamit) sa isang mabagal na kusinilya. Paghaluin, takpan, at lutuin sa mababang init sa loob ng 5 oras.

b) Kung gumagamit ng hipon, dahan-dahang pukawin ang mga ito pagkatapos ng 5 oras ng pagluluto at lutuin sa mataas na temperatura ng 30 minuto hanggang 1 oras pa, o hanggang sa maluto ang hipon ngunit hindi maluto.

12. Red Bean Jambalaya

Gumagawa ng 4 na servings

MGA INGREDIENTS:
- 1 kutsarang langis ng oliba
- 1 katamtamang dilaw na sibuyas, tinadtad
- 2 tadyang ng kintsay, tinadtad
- 1 medium green bell pepper, tinadtad
- 3 sibuyas ng bawang, tinadtad
- 1 tasang long-grain rice
- 3 tasang niluto o 2 (15.5-onsa) na lata ng dark red na kidney beans
- 1 (14.5-onsa) lata ng mga kamatis na diced, pinatuyo
- (14.5-onsa) ay maaaring durog na kamatis
- (4-onsa) ay maaaring banayad na berdeng sili, pinatuyo
- 1 kutsarita ng tuyo na thyme
- 1/2 kutsarita ng pinatuyong marjoram
- 1 kutsarita ng asin
- Bagong giniling na itim na paminta
- 21/2 tasang sabaw ng gulay
- 1 kutsarang tinadtad na sariwang perehil, para sa dekorasyon
- Tabasco sauce (opsyonal)

MGA TAGUBILIN:
a) Sa isang malaking kasirola, init ang mantika sa katamtamang apoy. Idagdag ang sibuyas, kintsay, kampanilya, at bawang. Takpan at lutuin hanggang lumambot, mga 7 minuto.

b) Haluin ang kanin, beans, diced tomatoes, durog na kamatis, chiles, thyme, marjoram, asin, at black pepper sa panlasa. Idagdag ang sabaw, takpan, at kumulo hanggang malambot ang mga gulay at malambot ang kanin, mga 45 minuto.

c) Budburan ng perehil at isang splash ng Tabasco, kung ginagamit, at ihain.

13. Baked Jambalaya Casserole

Gumagawa ng 4 na servings

MGA INGREDIENTS:
- 10 ounces tempeh
- 2 kutsarang langis ng oliba
- 1 katamtamang dilaw na sibuyas, tinadtad
- 1 medium green bell pepper, tinadtad
- 2 sibuyas ng bawang, tinadtad
- 1 (28-onsa) na lata ng mga kamatis na diced, hindi pinatuyo
- 1/2 tasang puting bigas
- 11/2 tasang sabaw ng gulay
- 11/2 tasa na niluto o 1 (15.5-onsa) lata ng dark red na kidney beans
- 1 kutsarang tinadtad na sariwang perehil
- 11/2 kutsarita ng Cajun seasoning
- 1 kutsarita ng tuyo na thyme
- 1/2 kutsarita ng asin
- 1/4 kutsarita na sariwang giniling na itim na paminta

MGA TAGUBILIN:
a) Sa isang medium na kasirola ng kumukulong tubig, lutuin ang tempe sa loob ng 30 minuto. Patuyuin at patuyuin. Gupitin sa 1/2-pulgada na dice. Painitin muna ang oven sa 350°F.

b) Sa isang malaking kawali, painitin ang 1 kutsara ng mantika sa katamtamang init. Idagdag ang tempe at lutuin hanggang sa mag browned sa magkabilang panig, mga 8 minuto. Ilipat ang tempe sa isang 9 x 13-inch na baking dish at itabi.

c) Sa parehong kawali, init ang natitirang 1 kutsarang mantika sa katamtamang init. Idagdag ang sibuyas, kampanilya, at bawang. Takpan at lutuin hanggang lumambot ang mga gulay, mga 7 minuto.

d) Idagdag ang pinaghalong gulay sa baking dish na may tempeh. Haluin ang mga kamatis kasama ng kanilang likido, ang kanin, sabaw, kidney beans, perehil, Cajun seasoning, thyme, asin, at itim na paminta.

e) Haluing mabuti, pagkatapos ay takpan ng mahigpit at maghurno hanggang sa lumambot ang kanin, mga 1 oras. Ihain kaagad.

14. Sausage Jambalaya

Gumagawa: 6–8 servings

MGA INGREDIENTS:
- ½ tasang mantikilya o margarin
- 1 malaking sibuyas, tinadtad
- 1 malaking berdeng paminta, tinadtad
- ½ tasang diced celery
- 1 kutsarang tinadtad na bawang
- 1 libra na ganap na lutong pinausukang mga link ng sausage, hiniwa
- 3 tasang sabaw ng manok
- 2 tasang hilaw na puting bigas
- 1 tasang tinadtad na kamatis
- ½ tasa tinadtad na berdeng sibuyas
- 1-½ kutsarang perehil
- 1 kutsarang Worcestershire sauce
- 1 kutsarang Tabasco sauce

MGA TAGUBILIN:
- Painitin ang hurno sa 375 degrees.
- Sa isang kawali, matunaw ang mantikilya. Igisa ang sibuyas, kampanilya, kintsay, at bawang sa mantikilya hanggang lumambot.
- Sa isang malaking mangkok, pagsamahin ang sausage, sabaw, kanin, kamatis, berdeng sibuyas, perehil, Worcestershire sauce, at Tabasco sauce. Haluin ang mga ginisang gulay sa pinaghalong sausage.
- Ikalat sa isang 9x13-inch na kawali na may mantika.
- Takpan at maghurno ng 20 minuto. Haluin, takpan, at maghurno ng 20 minuto pa.
- Haluin, takpan, at maghurno ng huling 5–10 minuto, o hanggang maluto ang bigas.

15. Chicken Jambalaya with Sausage

Gumagawa ng 1 quart

- 1 kutsarang langis ng oliba
- 3 hanggang 4 na libra (1.4 hanggang 1.8-kg) na walang buto, walang balat na mga hita at suso ng manok, pinutol sa kasing laki ng mga piraso
- 2 tasang pinausukang sausage, gupitin sa mga piraso
- 2 tasang tinadtad na sibuyas
- 2 tasang tinadtad na bell pepper
- 2 ribs kintsay, tinadtad
- 6 cloves na bawang, tinadtad
- 2 kutsarang pinausukang paprika
- 2 kutsarang pinatuyong thyme
- Cayenne pepper, sa panlasa
- 2 kutsarang Cajun spice blend
- 6 tasa na binalatan ng mga kamatis na may juice, hinati
- ¼ kutsarita ng mainit na sarsa ng paminta
- 4 tasang sabaw ng manok
- 4 tasang tubig
- Asin at paminta para lumasa

a) Sa isang malaking kaldero, painitin ang langis ng oliba at bahagyang kayumanggi ang unang 6 NA INGREDIENTS:.

b) Sa isang maliit na mangkok, paghaluin ang paprika, asin, paminta, thyme, cayenne, at timpla ng pampalasa ng Cajun.

c) Budburan ang pinaghalong gulay at karne na may pinaghalong pampalasa, pagkatapos ay idagdag ang mga kamatis at mainit na sarsa, at haluing mabuti upang pagsamahin.

d) Ilagay ang mga sangkap sa sanitized quart jar, punan ang mga ito nang hindi hihigit sa kalahati.

e) Samantala, ilagay ang sabaw, katas ng kamatis, at tubig sa kaldero at pakuluan ito, na nagpapalamig sa ilalim ng palayok.

f) Maglagay ng 2 tasa ng mainit na likido sa bawat garapon, na nagbibigay-daan sa 1 pulgada ng headspace. Maaari kang magdagdag ng tubig kung kailangan mo.

g) Takpan ang mga garapon at iproseso sa isang pressure canner sa loob ng 90 minuto sa 10 PSI, na umaayon sa taas.

16. Jambalaya-Stuffed Cabbage Rolls

Gumagawa ng: 6 TO 8 SERVINGS

MGA INGREDIENTS:
- 2 kutsarang extra-virgin olive oil
- 1 pound andouille sausage, tinadtad
- 1 malaking pulang kampanilya paminta, diced
- 1 malaking berdeng paminta, diced
- 1 malaking pulang sibuyas, tinadtad
- 1 (14.5-onsa) na lata ng mga kamatis na diced, hindi pinatuyo
- 2 kutsarang tomato paste
- 5 sibuyas ng bawang, tinadtad
- 2½ kutsarita ng Cajun seasoning, hinati
- 2 kutsarita ng tuyo na thyme
- 2 kutsarita ng paprika
- 2 kutsarita ng Worcestershire sauce
- 1½ kutsarita ng asin ng kintsay
- 3 dahon ng bay
- 6 tasa ng sabaw ng gulay, hinati
- 1½ tasang hilaw na puting bigas
- 1 pound medium raw hipon, binalatan at deveined
- 1 malaking ulo ng repolyo, ang mga dahon ay inalis nang paisa-isa
- Langis ng gulay, para sa pagpapadulas
- 1 tasang de-latang tomato sauce
- Kosher asin at itim na paminta, sa panlasa

MGA TAGUBILIN:
a) Sa isang malaking stockpot sa katamtamang init, ibuhos ang mantika. Kapag mainit na ang mantika, ihalo ang sausage at lutuin hanggang sa ito ay magkulay. Alisin ang sausage mula sa kawali at ilagay ito sa gilid.

b) Susunod, idagdag ang mga sili at sibuyas. Lutuin hanggang sa maging maganda at malambot, pagkatapos ay idagdag ang mga kamatis (na may juice), tomato paste, at bawang. Haluin mabuti. Magdagdag ng 2 kutsarita ng Cajun seasoning, thyme, paprika,

Worcestershire sauce, celery salt, bay leaves, at 3 tasa ng sabaw ng gulay. Haluin ang mga sangkap, pagkatapos ay idagdag ang sausage pabalik sa kaldero, kasama ang hilaw na kanin. Haluing muli at lutuin ng 25 hanggang 30 minuto, o hanggang masipsip ang likido. Pagkatapos ay idagdag ang hipon, haluin, at alisin sa apoy. Ilagay sa gilid.

c) Sa isang hiwalay na stockpot sa katamtamang init, idagdag ang mga dahon ng repolyo at ang natitirang 3 tasa ng sabaw ng gulay. Lutuin hanggang lumambot ang repolyo, pagkatapos ay alisan ng tubig at palamig.

d) Banayad na langis ng baking dish. Balutin ang humigit-kumulang ¼ tasa ng jambalaya sa bawat dahon ng repolyo at ilagay ang mga rolyo sa baking dish. Ilagay sa gilid.

e) Sa isang maliit na mangkok, pagsamahin ang tomato sauce, ang natitirang ½ kutsarita na pampalasa ng Cajun, asin, at paminta. Haluin hanggang sa maayos na pinagsama.

f) Ibuhos ang tomato sauce sa buong cabbage roll, pagkatapos ay takpan ang baking dish na may aluminum foil at maghurno sa oven sa loob ng 25 hanggang 30 minuto. Alisin sa oven at hayaang lumamig bago ihain.

17. Quinoa jambalaya

Gumagawa: 6 Servings

MGA INGREDIENTS:
- 1 kutsarang Hot Pepper Sesame Oil
- 1 kutsarang buong harina ng trigo
- 1 katamtamang sibuyas; diced
- 1 sibuyas ng bawang; tinadtad
- 28 ounces Durog na kamatis
- 1 dahon ng bay
- ½ kutsarang pinatuyong thyme
- ¾ kutsarita Lima sea salt
- 1 tasa ng Eden Quinoa; nagbanlaw
- 1 berdeng paminta; diced
- ½ tasa ng perehil, tinadtad
- 1 tasa ng kintsay; tinadtad
- 2 berdeng sibuyas; hiniwa ng manipis

MGA TAGUBILIN:

a) Init ang mantika sa isang mabigat na kasirola. Magdagdag ng harina at haluin hanggang lumabas ang isang mabangong aroma (3 minuto). Magdagdag ng sibuyas, bawang, kamatis, bay leaf, thyme at asin. Paghaluin at kumulo, natatakpan ng 10 minuto.

b) Magdagdag ng tubig sa stock. Pakuluan. Magdagdag ng quinoa, berdeng paminta, perehil, kintsay, at berdeng sibuyas. Takpan at magluto ng isa pang 3-5 minuto.

c) Patayin ang init at hayaang natatakpan ng 10 minuto. Magdagdag ng paminta. Haluing mabuti. maglingkod.

18. Alligator jambalaya

Gumagawa ng: 256 Inch na mga link

MGA INGREDIENTS:
- 1 pounds Adobong alligator fillet hiwa sa maliliit na piraso
- 1 libra Mainit na sausage (italian) na hiniwa sa mga tipak
- 3 kutsarang Langis
- ⅔ tasa Bell peppers tinadtad
- 2 cloves Bawang durog
- ¾ tasa ng perehil
- 1 tasa tinadtad na sariwang perehil
- 1 tasang tinadtad na kintsay
- 2 lata Kamatis (16 oz bawat isa)
- 2 tasang stock ng manok
- 1 tasang berdeng sibuyas
- 2 kutsarita ng Oregano
- 2 gitling Red hot sauce (opsyonal)
- Mga pampalasa ng Cajun
- Asin sa panlasa
- 2 tasang Hilaw na puting bigas

a) Igisa ang bell pepper, bawang, parsley at celery. Habang ito ay niluluto, ilagay ang mga kamatis at ang kanilang likido, ang stock ng manok at, berdeng sibuyas sa isang kaldero na maaaring lutuin sa kalan at sa oven (Corning ware)
b) Haluin ang mga pampalasa, ginisang gulay na hilaw na bigas, sausage at mga piraso ng alligator fillet.
c) Magluto sa katamtamang init hanggang sa masipsip ang likido at pagkatapos ay maghurno na sakop sa oven sa loob ng 25 minuto.

19. Bayou boeuf jambalaya

Gumagawa: 6 na servings

MGA INGREDIENTS:
1 kutsarang Shortening
¼ pounds Kosher salami, cubed
1 sprig thyme
1 sibuyas, hiniwa
Salt & Pepper sa panlasa
2 tasang kamatis
1 tasang hilaw na mahabang butil na bigas
1 kutsarang harina
¼ tasa berdeng paminta, tinadtad
1 dahon ng bay
1 sprig perehil, tinadtad
1 sibuyas na bawang, tinadtad
1 pounds Kosher smoked sausage.
1¼ tasa ng tomato juice

Matunaw ang shortening sa mabigat na kasirola sa katamtamang init. Paghaluin ang harina, salami, at berdeng paminta. Kumulo ng 5 min, patuloy na pagpapakilos.

Magdagdag ng natitirang sangkap maliban sa bigas. Pakuluan. Magdagdag ng bigas sa likido. Takpan at kumulo ng 40 min. hanggang ang lahat ng likido ay nasisipsip.

20. Black-eyed peas at sausage jambalaya

Gumagawa: 25 Servings

MGA INGREDIENTS:
2 libra puting sibuyas; tinadtad
2 bungkos berdeng sibuyas; tinadtad
1 malaking Green bell pepper; tinadtad
5 cloves ng bawang; tinadtad
1 tasa ng perehil; tinadtad
3 kilo ng karne ng asin*
3 libra Pinausukang mainit na sausage
3 libra Hilaw na bigas
12 tasang Tubig

*pinakuluan ng isang beses, hiwain ng maliliit Iprito ang sausage at hiwain ng kasing laki ng kagat. Igisa ang sibuyas, paminta, bawang at perehil. Lutuin hanggang malata. Magdagdag ng karne ng asin, sausage, blackeyed peas, at kanin.

Timplahan ayon sa panlasa. Magdagdag ng 12 tasang tubig. Dalhin sa isang pigsa; haluing mabuti at takpan ng mahigpit. Magluto sa pinakamababang init sa loob ng 45 minuto. Huwag tanggalin ang takip sa panahong ito. Alisin ang takip sa loob ng 5 hanggang 10 minuto bago ihain.

RED BEANS AT BIGAS

21. Long-grain na Bigas at pinto bean

Servings:4

MGA INGREDIENTS
- 50ml/2fl oz langis ng gulay
- 1 sibuyas, pinong tinadtad
- 300ml/10½ oz. mahabang butil na bigas
- 400ml/14½ oz. tubig
- 400ml/14½ oz. gata ng niyog
- 400g/14¼oz tin pinto beans, binanlawan at pinatuyo
- 3 kutsarang sariwang thyme
- asin at sariwang giniling na itim na paminta
- sariwang kulantro, para palamuti

MGA DIREKSYON
a) Init ang mantika sa isang kawali at iprito ang sibuyas hanggang sa translucent.
b) Ilagay ang kanin, haluing mabuti at ilagay ang tubig at gata ng niyog. Pakuluan.
c) Idagdag ang pinto beans at thyme, kumulo, at takpan, para sa mga 20 minuto hanggang maluto ang bigas. Timplahan ng asin at sariwang giniling na itim na paminta.
d) Ihain na pinalamutian ng kulantro.

22. Lime chicken with egg-fried long-grain rice

Servings:2

MGA INGREDIENTS
Para sa Manok
- 2 walang balat na dibdib ng manok
- 2 kutsarang sesame oil
- 2 kutsarita ng langis ng gulay
- 2 kutsarang toyo
- 2 sibuyas ng bawang, pinong tinadtad
- ½ lemon, grated zest, at juice
- asin at sariwang giniling na itim na paminta
- 1 kutsarang malinaw na pulot

Para sa Bigas
- 2 kutsarang langis ng groundnut
- 2-3 kutsarita ng sesame oil
- 2 free-range na itlog, bahagyang pinalo
- tilamsik ng toyo
- 2 spring onions, pinong tinadtad
- 50g/2oz pinto beans, niluto
- 150g/5oz long-grain rice, niluto
- asin at sariwang giniling na itim na paminta
- 3-4 na kutsarang tinadtad na kulantro
- lime wedges, upang ihain

MGA DIREKSYON
a) Upang paru-paro, ang mga dibdib ng manok ay inilalagay ang mga ito sa isang tabla at gumamit ng isang matalim na kutsilyo upang gumawa ng isang hiwa na kahanay sa chopping board tatlong-kapat ng daan sa bawat dibdib.

b) Buksan ang bawat dibdib ng manok upang magkaroon ka ng dalawang malalaki at mas manipis na dibdib ng manok.

c) Ilagay ang mga ito sa isang mangkok na may isang kutsara ng sesame oil, langis ng gulay, toyo, bawang, lemon zest, at juice.

d) Timplahan ng asin at bagong giniling na itim na paminta at ihalo upang pagsamahin. Sa isang hiwalay na mangkok, ihalo ang pulot sa natitirang sesame oil.

e) Mag-init ng kawali sa katamtamang init hanggang sa umusok pagkatapos ay ilagay ang manok sa kawaling-dagat at lutuin ng 2-3 minuto sa bawat panig, i-brush ito ng isa o dalawang beses gamit ang pinaghalong pulot at linga.

f) Kapag ito ay tapos na ang manok ay dapat na char-grill sa labas at ganap na luto. Iwanan upang magpahinga ng 2-3 minuto.

g) Samantala, para sa kanin, painitin ang isang kawali sa sobrang init pagkatapos ay idagdag ang groundnut at isang kutsarita ng sesame oil. Kapag ang mantika ay nagsimulang kumurap idagdag ang mga itlog at lutuin, haluin sa lahat ng oras, sa loob ng 1-2 minuto o hanggang sa sila ay scrambled.

h) Itulak ang mga itlog sa gilid ng kawali at magdagdag ng kaunti pang sesame oil, toyo, spring onions, at pinto beans at lutuin ng isang minuto pagkatapos ay idagdag ang kanin at timplahan ng asin at sariwang giniling na itim na paminta.

i) Lutuin, patuloy na pagpapakilos, sa loob ng 3-4 minuto, o hanggang sa uminit. Haluin ang kulantro.

j) Upang ihain, sandok ang kanin sa mga plato. Gupitin ang manok sa dayagonal sa manipis na mga piraso at ilagay ito sa ibabaw ng bigas. Itaas na may kalso ng dayap.

23. Long-grain Rice Hoppin' John

Servings:4

MGA INGREDIENTS
- 2 kutsarang langis ng gulay
- 300g/10½oz na niluto at ginutay-gutay na bacon
- 1 berdeng paminta, pinong tinadtad
- 1 pulang paminta, pinong tinadtad
- 1 pulang sibuyas, pinong tinadtad
- 3 hiwa ng kintsay, pinong tinadtad
- 4 na sibuyas ng bawang, durog
- 1 kutsarita ng pinatuyong chili flakes
- 2 dahon ng bay
- 1 litro/1¾ pint ng stock ng manok o gulay
- 400g/14oz tin pinto beans, pinatuyo at binanlawan
- 225g/8oz long-grain rice
- 2 kutsarang Creole o all-purpose seasoning
- asin at sariwang giniling na itim na paminta
- Upang maglingkod
- isang dakot ng flat-leaf na dahon ng perehil, pinong tinadtad
- bungkos ng mga sibuyas na sibuyas, makinis na tinadtad

MGA DIREKSYON
a) Init ang mantika sa isang malaking kawali sa katamtamang init.
b) Magdagdag ng bacon sa kawali at iprito hanggang malutong. Alisin gamit ang slotted na kutsara at alisan ng tubig sa kitchen paper.
c) Idagdag ang sibuyas, paminta, kintsay, bawang, chili flakes, bay leaves, Creole seasoning, asin, at paminta sa kawali at igisa sa mahina hanggang katamtamang init hanggang lumambot.
d) Ibuhos ang stock at pakuluan.
e) Idagdag ang bigas, beans, at bacon, at haluing mabuti. Takpan at kumulo ng 20 minuto, o hanggang sa lumambot ang bigas at nasipsip na ang karamihan sa likido.
f) Hatiin sa pagitan ng paghahatid ng mga mangkok, budburan ng perehil at spring onion at ihain.

24. Mexican-Inspired Pinto Beans and Rice

Servings:: 8

MGA INGREDIENTS

- 1 kutsarang Chicken Bouillon (Reduced Sodium)
- 3 kutsarang tomato paste
- 1 kutsarita na giniling na buto ng kulantro
- 1 kutsarita ng asin
- ½ kutsarita ng pulbos ng bawang
- ¼ kutsarita ng paminta
- 3½ tasa ng tubig
- 2 tasang mahabang butil na puting bigas, hinuhugasan gamit ang isang mesh strainer
- 1 pulang kampanilya paminta, stemmed, seeded, at diced
- ¼ tasa ng pinong tinadtad na pulang sibuyas
- 1 jalapeño, stemmed, seeded, at pinong diced
- 2 kutsarang pinong tinadtad na cilantro
- 1 lata (15-onsa) pinto beans, pinatuyo at binanlawan

MGA DIREKSYON

a) Sa isang palayok, idagdag ang Chicken Base, tomato paste, kulantro, asin, pulbos ng bawang, at paminta; palis upang pagsamahin.

b) Dahan-dahang haluin sa tubig, magdagdag ng kanin at haluin upang pagsamahin. Maglagay ng kaldero sa medium-high heat at pakuluan, paminsan-minsang pagpapakilos.

c) Bawasan ang init sa medium-low, takpan. Magpatuloy sa pagluluto hanggang sa masipsip ang likido, paminsan-minsang pagpapakilos, mga 12-15 minuto. Alisin mula sa init at hayaang tumayo na natatakpan ng ilang minuto.

d) Maglagay ng bigas sa isang malaking mangkok at magdagdag ng kampanilya, sibuyas, jalapeño, at cilantro; haluin upang pagsamahin.

e) Dahan-dahang ihalo ang beans at ihain.

25. **Pinto Beans at Rice na may Cilantro**

Paghahain 6
MGA INGREDIENTS
Para sa Bigas:

- 1 tasang mahabang butil na puting bigas
- 1 kutsarang langis ng oliba
- 8 oz lata ng tomato sauce
- 1 pulang kampanilya na paminta na may ubod, pinagbinhan, at pinaghiwa-hiwalay
- 1 1/2 tasa stock ng manok o sabaw ng gulay
- 3/4 kutsarita kosher salt
- 1 kutsarita ng bawang pulbos
- 1/4 kutsarita ng sili na pulbos
- 1/4 kutsarita ng kumin
- 1/2 tasa diced na kamatis
- 2 kutsarang tinadtad na cilantro para sa dekorasyon na opsyonal

Para sa Beans:

- Ang 15 onsa na lata ng pinto beans ay pinatuyo at binanlawan
- 1/2 cup stock ng manok o sabaw ng gulay
- 1 kutsarang tomato paste
- 3/4 kutsarita ng asin
- 3/4 kutsarita ng sili na pulbos
- 1/2 cup pico de gallo para sa garnish optional

MGA DIREKSYON

Para sa Bigas:

a) Init ang langis ng oliba sa isang 2-quart na palayok sa katamtamang init. Idagdag ang bigas at haluin hanggang mabalot ng mantika ang bigas. Lutuin ng halos 5 minuto o hanggang sa ang kanin ay maluto at bahagyang browned.

b) Idagdag ang lahat ng natitirang sangkap.

c) Ibalik ang palayok sa burner, at pakuluan ang mga nilalaman.

d) Takpan ang palayok at ibaba ang apoy; magluto ng 17 minuto.

e) Alisin ang palayok sa apoy at hayaang tumayo ito, natatakpan ng 5 minuto. Alisin at itapon ang bell peppers. Haluin mabuti. Palamutihan ng mga kamatis at berdeng sibuyas kung ninanais.

Para sa Beans:

f) Ilagay ang lahat ng mga sangkap sa isang kawali sa medium-high heat, at dalhin sa isang kumulo. Magluto ng 7-10 minuto hanggang lumapot ang sauce. Tikman at magdagdag ng higit pang asin o chili powder kung kinakailangan. Maaari ka ring magdagdag ng kaunti pang stock ng manok kung ang sarsa ay masyadong makapal ayon sa gusto mo. Palamutihan ng pico de gallo kung gusto.

26. Spanish Pinto Beans at Rice

Servings 2

MGA INGREDIENTS
PARA SA BIGAS
- 2 tasa sabaw ng gulay 475 ml
- 1 tasang long-grain rice 190 gramo
- 1/4 kutsarita na sinulid ng safron .17 gramo
- pakurot ng asin sa dagat
- itim na paminta

PARA SA BEANS
- 2 kutsarang extra virgin olive oil 30 ml
- 1 maliit na sibuyas
- 4 na butil ng bawang
- 1 karot
- 1 berdeng paminta
- 1 kutsarita matamis na pinausukang Spanish paprika 2.30 gramo
- 1/2 kutsarita ng ground cumin 1.25 gramo
- 2 1/2 tasa ng de-latang pinto beans 400 gramo
- 1 tasa ng sabaw ng gulay 240 ML
- pakurot ng asin sa dagat
- itim na paminta
- isang dakot ng pinong tinadtad na sariwang perehil

MGA DIREKSYON
a) Magdagdag ng 2 tasang sabaw ng gulay sa isang kasirola, kurutin ang 1/4 kutsarita ng mga sinulid ng saffron, at timplahan ng sea salt at bagong bitak na itim na paminta, painitin nang malakas.
b) Samantala, magdagdag ng 1 tasa ng long-grain rice sa isang salaan at banlawan sa ilalim ng malamig na tubig na umaagos, hanggang ang tubig ay malinaw sa ilalim ng salaan
c) Kapag kumulo na ang sabaw, ilagay ang kanin sa kawali, haluin ito at ilagay ang takip sa kawali, ibaba sa mababang init, at kumulo hanggang maluto ang kanin.

d) Samantala, painitin ang isang malaking kawali na may katamtamang init at magdagdag ng 2 kutsarang extra virgin olive oil, pagkatapos ng 2 minuto magdagdag ng 1 maliit na sibuyas na pinong diced, 1 green bell pepper na pinong tinadtad, 1 carrot (pinutol) na pinong tinadtad, at 4 cloves na bawang halos. tinadtad, patuloy na ihalo ang gulay sa langis ng oliba

e) Pagkatapos ng 4 na minuto at bahagyang ginisa ang mga gulay, magdagdag ng 1 kutsarita ng matamis na pinausukang Spanish paprika at 1/2 kutsarita ng ground cumin, mabilis na ihalo, pagkatapos ay idagdag ang 2 1/2 tasa ng de-latang pinto beans (pinatuyo at binanlawan) at timplahan ng sea salt at itim na paminta, dahan-dahang halo-halong mabuti, pagkatapos ay idagdag sa 1 tasa ng sabaw ng gulay at kumulo sa katamtamang apoy

f) Kapag ang kanin ay naluto na (15 minuto sa aking kaso), alisin ang kanin mula sa apoy, hayaan itong umupo ng 3 hanggang 4 na minuto habang nakabukas ang takip, pagkatapos ay tanggalin ang takip at hilumin ang kanin gamit ang isang tinidor, ilipat ang kanin sa paghahatid ng mga pinggan

g) Kunin ang simmering beans (dapat may natitira pang kaunting sabaw) at idagdag ang mga ito sa serving dish sa tabi ng kanin, budburan ng sariwang tinadtad na perehil, at magsaya!

27. One-Pot Rice at Beans

Total na Oras:30 minuto

MGA INGREDIENTS

- 2 kutsarang langis ng oliba
- 1 dilaw na sibuyas, tinadtad (mga 1 ¼ tasa)
- 1 ¾ tasa ng manok o gulay na stock o tubig
- 1 kutsarita ng asin
- 1 tasang long-grain rice
- 1 (15.5-onsa) lata ng itim o pinto beans
- Lime wedges o dahon ng cilantro, para sa dekorasyon (opsyonal)

MGA DIREKSYON

h) Sa isang malaking kasirola o Dutch oven na may mahigpit na takip, painitin ang langis ng oliba sa katamtamang init. Magdagdag ng sibuyas at igisa hanggang translucent, mga 3 minuto. Idagdag ang stock, takpan, at pakuluan.

i) Idagdag ang asin, kanin, at beans (kabilang ang likido). Haluin para lang pagsamahin, pagkatapos ay takpan.

j) Bawasan ang apoy nang kasingbaba nito, pagkatapos ay hayaang kumulo, nang hindi nagagambala, sa loob ng 18 hanggang 20 minuto. Alisin mula sa init at hayaang umupo ng 4 na minuto, pagkatapos ay pahimulmulin gamit ang isang tinidor.

k) Timplahan ng asin at paminta ayon sa panlasa, pagkatapos ay palamutihan ng kalamansi o cilantro ayon sa gusto mo.

28. Southern Pinto Beans and Rice

Servings: 6 na tasa

MGA INGREDIENTS
- 1 lb. pinatuyong pinto beans
- 8 tasang tubig o sabaw
- 2 kutsarang asin, para sa magdamag na pagbabad; asin
- 2 kutsarang sibuyas na pulbos o 1 tasang sariwa, diced na sibuyas
- 2 kutsarang pulbos ng bawang
- 2 tasang bigas, kayumanggi o puting bigas, niluto
- 1 pinausukang ham hock
- Asin at paminta para lumasa

MGA DIREKSYON
a) Maglagay ng beans sa isang malaking Dutch oven na may sibuyas at bawang na pulbos, likido, at protina (opsyonal).
b) Magluto sa mahinang apoy, walang takip, sa loob ng 3-4 na oras o hanggang malambot; suriin ang antas ng likido nang madalas; magdagdag ng higit pa kung kinakailangan; kapag malambot, tikman para sa mga seasonings at ayusin nang naaayon
c) 1 lb. pinatuyong pinto beans,8 tasa ng tubig o sabaw,2 kutsarang sibuyas na pulbos,2 kutsarang bawang na pulbos,1 pinausukang ham hock

29. Pinto Beans at Rice at Sausage

Servings: 6 servings

MGA INGREDIENTS
- 1 libra pinatuyong pinto beans
- 6 tasang tubig
- 1 ham hock, o isang karne na natirang buto ng ham
- 1 katamtamang sibuyas, tinadtad
- 3 cloves ng bawang, tinadtad
- 1 1/2 kutsarita ng asin
- 1 pound andouille smoked sausage, o katulad na smoked sausage, hiniwa
- 1 (14 1/2-onsa) lata ng kamatis, diced
- 1 (4-onsa) lata ng malumanay na berdeng sili, o pinaghalong banayad at jalapeño, diced
- 1/2 kutsarita red pepper flakes, durog, opsyonal
- 4 na tasang nilutong puting bigas, long-grain, o quick grits, mainit na pinakuluang

MGA DIREKSYON

a) Sa gabi bago ilagay ang pinto beans sa isang malaking mangkok o palayok at takpan ng tubig sa lalim na mga 3 pulgada sa itaas ng mga beans. Hayaang tumayo sila ng 8 oras o magdamag. Patuyuin ng mabuti.

b) Pagsamahin ang babad at pinatuyo na beans na may tubig, ham hock, sibuyas, at bawang sa isang malaking kasirola o Dutch oven sa mataas na init; pakuluan. Takpan at bawasan ang init sa daluyan; lutuin ang beans sa loob ng 45 minuto, o hanggang malambot ang beans.*

c) Idagdag ang asin, hiniwang sausage, mga kamatis, banayad na chile peppers, at durog na red pepper flakes, kung ninanais. Takpan, bawasan ang init sa mababang, at kumulo para sa 1 oras, pagpapakilos paminsan-minsan.

d) Alisin ang ham hock at alisin ang karne mula sa buto. Hiwain ang ham gamit ang isang tinidor o tagain. Ibalik ang hamon sa pinaghalong bean.

e) Ihain ang pinto beans sa mainit na lutong kanin.

30. Gallopinto (Nicaraguan Rice and Beans)

Servings:: 8 servings

MGA INGREDIENTS
Para sa beans
- 1 (16-ounce) bag na pinatuyong Pinto beans
- asin
- 7 sibuyas ng bawang, binalatan

Para sa bigas
- 1/4 tasa ng langis ng gulay, hinati
- 1 katamtamang dilaw na sibuyas, pinong tinadtad (mga 1 tasa), hinati
- 1 1/2 tasa ng mahabang butil na puting bigas
- 3 tasang tubig o low-sodium na sabaw ng manok
- 1/2 green bell pepper, may ubod at may binhi

MGA DIREKSYON
Para sa beans:
a) Ikalat ang beans sa isang rimmed baking sheet. Pumili ng anumang mga labi at sirang beans. Ilipat ang beans sa isang colander at banlawan sa ilalim ng malamig na tubig na tumatakbo. Ilagay ang mga binanlawan na beans sa isang malaking palayok at takpan ng malamig na tubig; hayaang magbabad ng 30 minuto.

b) Pakuluan sa mataas na apoy. Bawasan ang init sa katamtaman at kumulo ang beans sa loob ng 30 minuto. Patayin ang apoy, takpan ang beans, at hayaang magpahinga ng 1 oras. Ibalik ang beans upang kumulo sa mataas na apoy. Magdagdag ng 2 kutsarita ng asin at bawang, bawasan ang init sa katamtaman, at kumulo hanggang malambot ang beans 30 hanggang 60 minuto.

Para sa bigas:
c) Mag-init ng 2 kutsarang mantika sa isang malaking kasirola sa katamtamang init hanggang sa kumikinang. Magdagdag ng 2/3 ng sibuyas at lutuin, pagpapakilos, hanggang sa lumambot at translucent, mga 5 minuto.

d) Magdagdag ng kanin at lutuin, pagpapakilos, hanggang ang mga butil ay makintab at pantay na nababalutan ng mantika, 2 hanggang 3 minuto. Magdagdag ng tubig o sabaw at 1 1/2 kutsarita ng asin, dagdagan ang init hanggang sa mataas, at pakuluan. Ilagay ang bell pepper sa ibabaw ng bigas.

e) Pakuluan ang kanin nang hindi hinahalo hanggang sa sumingaw na ang karamihan sa likido at makikita mo ang maliliit na bula na pumuputok sa ibabaw ng bigas. Agad na bawasan ang init sa pinakamababang setting, takpan, at lutuin (huwag pukawin, huwag tanggalin ang takip) sa loob ng 15 minuto. Alisin at itapon ang bell pepper. Hugasan ang bigas gamit ang chopstick o tinidor, pagkatapos ay palamig at palamigin ng 1 araw.

Para sa gallopinto:

f) Init ang natitirang 2 kutsara ng mantika sa isang malaking kasirola sa katamtamang init hanggang sa kumikinang. Magdagdag ng natitirang sibuyas at lutuin, pagpapakilos, hanggang sa lumambot at translucent, mga 5 minuto.

g) Magdagdag ng bigas at 2 tasang beans sa kawali at lutuin, haluin, hanggang sa pantay na mabalot ang bigas. Magpatuloy sa pagluluto, pagpapakilos, upang payagan ang mga lasa na maghalo at ang timpla ay maging bahagyang malutong, mga 10 minuto. Takpan at lutuin sa mahinang apoy para sa karagdagang 10 minuto.

31. Bean sauce at kamatis sa ibabaw ng kanin

Servings:6 na servings

MGA INGREDIENTS
- 1 tasang pinto beans, ibinabad
- 2 Serrano chili, seeded at tinadtad
- ½ kutsarang Luya, gadgad
- 1 bawat dahon ng Bay
- ¼ kutsarita ng Turmerik
- 4 tasang Tubig
- 1⅓ tasa ng Stock
- ¼ tasa ng Cilantro
- Asin at paminta
- 2 kutsarang Pecan, tinadtad at inihaw
- 2 kutsarang langis ng oliba
- 4 na kamatis, hiniwa
- 1 kutsarita Chili powder
- 1 kutsarang sariwang marjoram
- 1 kutsarita ng Maple syrup
- 5 tasang Tubig
- 1½ tasang Long-grain na Bigas
- 2 karot, ginutay-gutay
- 1 bawat 3" cinnamon stick
- ½ kutsarang langis ng oliba

MGA DIREKSYON
a) Magluto ng beans sa loob ng 1½ hanggang 2 oras, hanggang malambot ang beans. Itapon ang bay leaf at
SAUCE:
b) Pagsamahin ang mga drained beans, sili, luya, bay leaf, turmeric at tubig sa isang malaking palayok.
c) Pakuluan, bawasan ang init, takpan at lutuin.
d) Ilagay ang beans, stock at cilantro sa food processor at pulso sa isang chunky sauce. Timplahan, magdagdag ng pecans at painitin nang bahagya.
MGA KAmatis:

e) Pagsamahin ang mga kamatis, chili powder, marjoram, at syrup sa isang sauté pan. Timplahan ng asin at paminta at iprito sa katamtamang init hanggang sa magsimulang mag-caramelize ang kamatis, mga 10 minuto. Panatilihing mainit sa mababang init.

BIGAS:

f) Pakuluan ang tubig, at haluin ang kanin, karot at kanela. Lutuin hanggang lumambot ang kanin, 10 hanggang 12 minuto kung gumagamit ng puting bigas. Alisan ng tubig at itapon ang cinnamon at banlawan sandali sa ilalim ng tubig na umaagos.

g) Ibalik sa kawali at ihalo sa mantika.

h) Para ihain, magsandok ng kanin sa mainit na mga plato, ibabawan ng bean sauce at lagyan ng mga kamatis.

32. Cajun pinto beans

Servings:8

MGA INGREDIENTS

- 1 bawat Maliit na bag ng pinto beans, hinugasan at pinulot
- ¼ tasa ng harina
- ¼ tasa ng Bacon grease
- 1 malaking sibuyas, tinadtad
- 6 cloves Bawang, tinadtad
- ½ tasa ng kintsay, tinadtad
- 1 bawat dahon ng Bay
- ¼ tasa ng sili na pulbos
- 2 kutsarang giniling na kumin
- 1 lata ng kamatis na may sili
- Asin sa panlasa
- 2 pounds Ham hock o asin na baboy OPTIONAL
- Tinadtad na cilantro
- 2 tasang Long-grain rice, niluto

MGA DIREKSYON

a) Pumili ng pinto beans at hugasan. Ibabad ang 1 maliit na bag ng pinto beans magdamag sa malamig na tubig at 1 kutsarang baking soda. Banlawan ang beans at lutuin ng 1 oras. Palitan ang tubig at magdagdag muli ng 1 kutsara ng baking soda. Magluto ng isa o dalawa pang oras at palitan ang tubig sa huling pagkakataon, magdagdag ng baking soda, at lutuin hanggang maluto.

b) Magprito ng ¼ tasa ng harina at ¼ tasa ng bacon grease sa dark roux (kulay ng kakaw). Idagdag at haluin ang sumusunod hanggang malanta: 1 malaking tinadtad na sibuyas, 5 o 6 na clove na tinadtad na bawang, ½ tasang tinadtad na kintsay, 1 bay leaf, at cilantro.

c) Magdagdag ng chili powder, cumin, at mga kamatis na may sili at asin ayon sa panlasa.

d) Maaaring lutuin ng ham hock o asin na baboy.

e) Ang paggamit ng roux na ito ay nagdaragdag ng isang tunay na mahusay na lasa sa pinto beans.

f) Ihain kasama ng long-grain rice.

33. Bigas at beans na may keso

Servings:5

MGA INGREDIENTS
- 1⅓ tasa ng Tubig
- 1 tasang Hinimay na Karot
- 1 kutsarita instant chicken bouillon
- ¼ kutsarita ng Asin
- 15 ounces Can Pinto Beans, pinatuyo
- 8 ounces Plain lo-fat Yogurt
- ½ tasang ginutay-gutay na low-fat Cheddar cheese
- ⅔ tasa ng Long-grain na Bigas
- ½ tasa ng hiniwang berdeng sibuyas
- ½ kutsarita ng Ground Coriander
- 1 kutsarita Hot pepper Sauce
- 1 tasa Low-fat Cottage Cheese
- 1 kutsara Pinutol na sariwang perehil

MGA DIREKSYON
a) Sa isang malaking kasirola pagsamahin ang tubig, kanin, karot, berdeng sibuyas, bouillon granules, kulantro, asin, at de-boteng mainit na sarsa ng paminta.
b) Dalhin sa kumukulo; bawasan ang init. Takpan at kumulo ng 15 minuto o hanggang lumambot ang bigas at masipsip ang tubig.
c) Haluin ang pinto o navy beans, cottage cheese, yogurt, at perehil.
d) Ilagay sa isang 10x6x2" na baking dish.
e) Maghurno, sakop, sa isang 350 deg F. oven sa loob ng 20-25 minuto o hanggang uminit. Budburan ng cheddar cheese. Maghurno, walang takip, ng 3-5 minuto pa o hanggang matunaw ang keso.

34. <u>Pinto Beans at Saffron Rice</u>

Servings:4

MGA INGREDIENTS
Beans
- 3 tasang pinatuyong pinto beans
- 1/2 stick mantikilya
- 1/3 tasang mantika
- 1/2 tasa ng sofrito
- 1 malaking sibuyas na hiniwa
- 3 quarts ng tubig

kanin
- 1-1/2 cup long-grain rice
- 3 tasang sabaw ng manok
- 1/2 kutsarita na sinulid ng safron
- 1-1/2 kutsarita kosher salt
- 1/2 tasa ng tubig
- 1 kutsarang mantikilya
- Suka Hot pepper sauce

MGA DIREKSYON
a) Hugasan ang sitaw at alisin ang lahat ng mga dayuhang bagay tulad ng mga bato at masamang sitaw.
b) Dice ang mga sibuyas.
c) Idagdag ang sibuyas, beans, sofrito, tubig, at mantikilya.
d) Hayaang magpainit ng 4 na minuto at ilagay ang mantika.
e) Takpan at pakuluan ng 15 minuto haluin, takpan muli, at bawasan ang init ng kalahati. Lutuin hanggang malambot ang beans at lagyan ng asin.
f) Matunaw ang mantikilya at idagdag ang bigas. Haluing mabuti at idagdag ang safron, sabaw, at tubig.
g) Pakuluan ang kanin na hinahalo paminsan-minsan pagkatapos kapag ang likido ay nasisipsip takpan at alisin sa init huwag istorbohin sa loob ng 20 minuto.
h) Ihain kasama ang beans sa ibabaw ng kanin. Idagdag ang suka at mainit na sarsa ng paminta.

35. Taco Seasoning rice na may pinto beans

Servings:6 Servings

MGA INGREDIENTS
- 2 tasang Tubig
- 8 ounces ng Tomato sauce
- 1 pack taco seasoning mix
- 1 tasang mais
- ½ tasa berdeng paminta -- tinadtad
- ½ kutsarita ng Oregano
- ⅛ kutsarita ng Bawang pulbos
- 1 tasang long-grain rice
- 16 ounces Pinto beans, de-latang

MGA DIREKSYON
a) Sa isang katamtamang kasirola, pagsamahin ang lahat ng sangkap, maliban sa kanin at beans.
b) Pakuluan ang timpla sa katamtamang init. Haluin ang bigas at beans.
c) Kapag kumulo muli ang timpla, haluin, pagkatapos ay bawasan ang init sa medium-low, takpan, at kumulo hanggang sa maluto ang karamihan sa likido, 45 minuto hanggang 1 oras.
d) Alisin mula sa init, at itabi sa takip sa loob ng 5 minuto.
e) Haluing mabuti.

36. Indian pumpkin rice at beans

Servings:8

MGA INGREDIENTS

- 1 kutsarang langis ng Canola
- 1 medium Yellow sibuyas; tinadtad
- 2 sibuyas na bawang; tinadtad
- 2 tasang Pumpkin cubes
- 2 kutsarita ng Curry powder
- ½ kutsarita Itim na paminta
- ½ kutsarita ng Asin
- ¼ kutsarita Mga giniling na clove
- 1½ tasang mahabang butil na puting bigas
- 1 tasang tinadtad na kale o spinach
- 15 ounces Lutong pinto beans; pinatuyo at binanlawan

MGA DIREKSYON

a) Sa isang malaking kasirola init ang mantika sa katamtamang init.

b) Idagdag ang sibuyas at bawang at lutuin, pagpapakilos, sa loob ng 5 minuto hanggang sa maging translucent ang sibuyas. Ihalo ang kalabasa, kari, paminta, asin, at clove, at lutuin ng 1 minuto pa.

c) Magdagdag ng 3 tasa ng tubig at ang kanin, takpan, at pakuluan. Magluto sa katamtamang mababang init ng halos 15 minuto.

d) Haluin ang kale at beans at lutuin ng mga 5 minuto pa.

e) Hugasan ang kanin at patayin ang apoy. Hayaang tumayo ng 10 hanggang 15 minuto bago ihain.

37. Mexican Cowboy Beans

Servings: 6

MGA INGREDIENTS

- ½ lb. Pinto beans, tuyo
- 1 Sibuyas, puti, malaki
- 3 cloves Bawang, durog
- 2 sanga ng Cilantro
- ¼ tasa ng stock ng gulay o tubig
- 6 oz. (3/4 tasa) Vegan chorizo
- 2 Serrano chile, tinadtad
- 1 kamatis, malaki, diced

MGA DIREKSYON

h) Ibabad ang beans sa tubig magdamag.

i) Sa susunod na araw, salain ang mga ito at ilagay sa isang malaking palayok. Ibuhos ang sapat na tubig sa palayok upang mapuno ang ¾ ng daan.

j) Hatiin ang iyong sibuyas sa kalahati. Ilagay ang ½ sibuyas, cilantro sprigs, at 3 bawang cloves sa palayok na may mga beans. Ireserba ang iba pang kalahati ng sibuyas.

k) Pakuluan ang tubig at hayaang maluto ang beans hanggang halos lumambot, humigit-kumulang 1 ½ oras.

l) Habang niluluto ang beans, painitin ang isang malaking kawali sa katamtamang init. Magdagdag ng chorizo at igisa hanggang bahagyang browned, mga 4 na minuto. Habang nagluluto ang chorizo, hiwain ang kalahati ng sibuyas.

m) Alisin ang chorizo sa kawali at itabi. Magdagdag ng ¼ tasa ng tubig, tinadtad na sibuyas, at Serrano peppers sa sauté pan. Pawisan ang sibuyas at sili hanggang malambot at maaninag ng mga 4 – 5 minuto. Magdagdag ng kamatis at hayaang maluto ng 7-8 minuto o hanggang masira ang kamatis at mailabas ang lahat ng katas nito.

n) Idagdag ang timpla na ito at ang chorizo sa kaldero ng beans at hayaang kumulo ng 20 minuto pa o hanggang sa ganap na lumambot ang beans. Timplahan ng asin at paminta ayon sa panlasa.

o) Bago ihain, alisin ang kalahating sibuyas, cilantro sprig, at mga clove ng bawang mula sa beans. Timplahan ng asin at paminta

38. Kapistahan ng Caribbean

MGA INGREDIENTS
JERK JACKFRUIT

- 3 lata Young Jack Fruit sa brine, pinatuyo at tinapik-tapik pagkatapos ay hinila sa maliit na piraso
- 1 kutsarang Vita Coca Coconut Oil
- 3 Spring Onions, hiniwa nang pino
- 3 siwang Bawang, tinadtad
- 1/2 Scotch Bonnet Chili (gumamit ng isang buong 1 para sa sobrang maanghang)
- Piraso ng luya na kasing laki ng hinlalaki, tinadtad
- 1 Dilaw na Paminta, tinanggalan ng binhi at kinubo
- 1 tasa/200g Black Beans, mula sa isang lata. Pinatuyo at binanlawan.
- 1 kutsarang All Spice
- 2 kutsarita ng Ground Cinnamon
- 3 kutsarang Soy Sauce
- 5 kutsarang Tomato Purée
- 4 na kutsarang Coconut Sugar
- 1 tasa/240ml Pineapple Juice
- Juice 1 kalamansi
- 1 kutsarang sariwang dahon ng thyme
- 2 kutsarita ng Sea Salt
- 1 kutsarita ng Bitak na Black Pepper

BIGAS at gisantes

- 1 Tin Kidney Beans, likidong nakalaan
- 1 lata gata ng niyog
- 3 kutsarang Fresh Thyme
- Kurot ng Sea Salt at Black Pepper
- 1 & 1/2 cups/340g Long Grain Rice, binalaan
- Stock ng gulay, kung kinakailangan.

PRIRING PLANTAIN

- 2 Plantain, binalatan at gupitin sa mga cm disc
- 2 kutsarang Vita Coca Coconut Oil
- 2 kutsarang Coconut Sugar
- Kurot ng Asin at Paminta

MANGO SALAD

- 1/2 Fresh Mango, binalatan at ginupit
- 1 kutsarita Sariwang Sili, tinadtad ng pinong
- Isang dakot na sariwang kulantro
- Katas ng Kalahating Lime
- Sariwang Mixed Salad

MGA DIREKSYON

a) Maglagay muna ng malaking casserole dish o kawali sa katamtamang apoy. Ilagay ang coconut oil na sinundan ng sibuyas, bawang, luya, sili at dilaw na paminta. Hayaang lumambot ang halo sa loob ng 3 minuto bago idagdag ang mga pampalasa at lutuin ng 2 minuto pa. Magdagdag ng isang pakurot ng pampalasa.

b) Ilagay ang langka sa kawali at haluing mabuti, lutuin ang halo sa loob ng 3-4 minuto.

c) Susunod na idagdag ang asukal sa niyog at ang black beans. Patuloy na haluin pagkatapos ay idagdag ang toyo, tomato puree at pineapple juice. Hinaan ang apoy at idagdag ang katas ng kalamansi at ilang tinadtad na sariwang dahon ng thyme.

d) Isara ang takip at hayaang maluto ang langka nang humigit-kumulang 12-15 minuto.

e) Para sa kanin, idagdag ang mga sangkap sa isang kasirola at i-pop ang takip. ilagay ang kawali sa mahinang apoy at hayaang maabsorb ng bigas ang lahat ng likido hanggang sa maging magaan at malambot. ito ay dapat tumagal ng 10-12 minuto. kung ang iyong bigas ay masyadong tuyo bago ito maluto, magdagdag ng tubig o gulay na stock.

f) susunod, ang plantain. painitin muna ang non-stick frying pan sa katamtamang init at ilagay ang coconut oil, kapag mainit idagdag ang plantain wedges, at lutuin sa magkabilang gilid ng 3-4 minuto hanggang sa mag-caramelized at mag-golden. timplahan ng coconut sugar, asin at paminta.

g) para sa salad simpleng paghaluin ang lahat ng mga sangkap sa isang maliit na mangkok ng paghahalo.

h) pagsilbihan ang lahat nang sama-sama, magsaya.

39. Jamaican Jerk Jackfruit at Beans with Rice

Servings:2

MGA INGREDIENTS

- 1 sibuyas
- 2 sibuyas ng bawang
- 1 sili
- 2 baging kamatis
- 2 kutsarita ng Jamaican jerk seasoning
- 400g lata ng kidney beans
- 400g lata ng langka
- 200ml gata ng niyog
- 150g puting long-grain na bigas
- 50g baby leaf spinach
- Asin sa dagat
- Bagong giniling na paminta
- 1 kutsarang langis ng oliba
- 300ml tubig na kumukulo

MGA DIREKSYON

a) Balatan at makinis na tumaga ang sibuyas. Balatan at lagyan ng rehas ang mga sibuyas ng bawang. Hatiin ang sili, i-flick ang mga buto at lamad para hindi gaanong init, at gupitin ng makinis. Hiwa-hiwain ang mga kamatis.

b) Ibuhos ang 1 kutsarang mantika sa isang malaking kawali at dalhin sa katamtamang apoy. I-slide sa mga sibuyas at isang magandang pakurot ng asin at paminta. Magprito sa loob ng 4-5 minuto, paminsan-minsang paghahalo, hanggang sa lumambot at bahagyang kulay. Haluin ang bawang, sili at 2 kutsarita ng Jamaican jerk seasoning at ipagpatuloy ang pagprito ng karagdagang 2 minuto

c) Ilagay ang tinadtad na kamatis sa kawali. Alisan ng tubig ang kidney beans at langka at ilagay sa kawali. Ibuhos ang gata ng niyog. Paghaluin ng mabuti at pakuluan, pagkatapos ay takpan ng bahagya ang takip at pakuluan ng mahina sa loob ng 20 minuto Sa oras ng pagluluto, gumamit ng kahoy na kutsara paminsan-minsan upang masira nang kaunti ang mga tipak ng langka.

d) Ilagay ang bigas sa isang salaan at bigyan ito ng magandang banlawan sa ilalim ng malamig na tubig. Ilagay sa isang maliit na kawali at magdagdag ng 300ml na tubig na kumukulo at isang kurot ng asin. Ilagay sa isang takip at pakuluan, pagkatapos ay lumiko pakanan at malumanay na kumulo sa loob ng 8 minuto, hanggang ang lahat ng tubig ay masipsip. Alisin ang bigas sa apoy at iwanan ito sa singaw sa kawali, na natatakpan, sa loob ng 10 minuto

e) Haluin ang spinach sa langka at sitaw hanggang malanta. Tikman ang sarsa at magdagdag ng asin kung kinakailangan.

f) Sandok ang kanin sa dalawang malalim na mangkok at itaas na may masaganang sandok ng langka na kari at ihain.

40. Rice Pilaf na May Bean, Prutas at Nuts

MGA INGREDIENTS

- 1 1/2 tasa ng long-grain rice
- 1 kutsarang neutral na langis ng gulay
- 1 katamtamang sibuyas, pinong tinadtad
- 1 hanggang 2 maliit na sariwang mainit na sili, hiniwa, opsyonal
- 2/3 tasa ng mga pasas o pinatuyong cranberry, o isang kumbinasyon
- 1/3 tasa ng nilutong pinto beans
- 1/3 tasa ng pinong tinadtad na pinatuyong mga aprikot
- 1/4 kutsarita ng turmerik
- 1/2 kutsarita ng kanela
- 1/4 kutsarita na giniling o sariwang nutmeg
- 1/2 kutsarita ng tuyo na basil
- 1/4 tasa ng orange juice, mas mabuti na sariwa
- 2 kutsarita ng agave nectar
- 1 hanggang 2 kutsarang lemon o lime juice, sa panlasa
- 1/2 tasa toasted cashews (buo o tinadtad) o hiniwang almond
- Asin at sariwang giniling na paminta sa panlasa

MGA DIREKSYON

a) Pagsamahin ang kanin na may 4 na tasang tubig sa isang kasirola. Pakuluan nang mahina, pagkatapos ay babaan ang apoy, takpan, at pakuluan nang marahan sa loob ng 30 minuto, o hanggang masipsip ang tubig.

b) Kapag tapos na ang bigas, init ang mantika sa isang malaking kawali. Idagdag ang sibuyas at opsyonal na sili na igisa sa katamtamang apoy hanggang sa ginintuang.

c) Haluin ang kanin at lahat ng natitirang sangkap maliban sa mga mani, asin, at paminta. lutuin sa mahinang apoy, madalas na pagpapakilos, para sa mga 8 hanggang 10 minuto, na nagpapahintulot sa mga lasa na maghalo.

d) Haluin ang mga mani, timplahan ng asin at paminta, at ihain.

41. <u>Beans at bigas cha cha cha bowl</u>

Servings:6

MGA INGREDIENTS

- 2 kutsarang langis ng oliba
- 2 siwang bawang, tinadtad
- 1 tasang hiniwang sibuyas
- 1 tasa Binalatan, hiniwang kintsay
- 1 tasang hiniwang karot
- 1 kutsarita Chili powder
- ¼ tasa ng de-latang diced berdeng sili
- 1 pounds pinto beans
- ¼ sibuyas, halos hiniwa
- 1 Taba 263 Calorie
- 2 tasang hiniwang mushroom
- 2 tasa Lutong pangunahing black beans
- ½ tasa Reserve bean stock
- 2 kutsarang tinadtad na cilantro
- Asin at paminta para lumasa
- 3 tasang Lutong long-grain rice
- 1 kutsarang Lemon juice
- 2 kutsarita Asin o panlasa

MGA INGREDIENTS

a) Sa malaking malalim na kasirola magpainit ng langis ng oliba, at igisa ang bawang, sibuyas, kintsay, karot at sili, hanggang sa maging translucent ang sibuyas.

b) Magdagdag ng mga sili at mushroom at igisa ng 5 minuto pa.

c) Haluin ang beans, bean stock at cilantro. Timplahan ayon sa panlasa.

d) Takpan at kumulo sa mahinang apoy mga 10 minuto, paminsan-minsang pagpapakilos.

e) Ihain sa ibabaw ng kanin.

42. Singkamas Stir Fry na may Beans

Servings: 2 tao

MGA INGREDIENTS

- 1 kutsarang langis ng oliba
- 2 purple top turnips - kinuskos, pinutol, at diced
- 3 tasang spinach
- 1 15.5 oz can pinto beans - pinatuyo at binanlawan
- 1 kutsarang sariwang luya - pinong tinadtad
- 2 cloves bawang - pinindot o tinadtad
- 1 kutsarang pulot
- 1 kutsarang suka ng bigas
- 2 kutsarang binawasang sodium soy sauce
- 1 tasang long-grain rice - niluto, para ihain

MGA DIREKSYON

a) Kung kailangan mong maghanda ng kanin o isang buong butil para sa pagkain, simulan iyon bago gawin ang stir fry.

b) Init ang langis ng oliba sa isang malaking kawali sa katamtamang init. Idagdag ang mga singkamas at lutuin, paminsan-minsang paghalo/pag-flip, sa loob ng 8-12 minuto o hanggang sa bahagyang kayumanggi at lumambot.

c) Habang nagluluto ang singkamas, haluin ang luya, bawang, pulot, suka ng bigas, at toyo sa isang maliit na mangkok. Idagdag ang spinach, beans, at sauce sa kawali. Magluto ng 4-6 minuto, o hanggang malanta ang spinach at uminit ang stir fry.

d) Ihain nang mainit sa kanin.

43. Bigas na may tupa, dill at beans

Servings:8 servings

MGA INGREDIENTS

- 2 kutsarang Mantikilya
- 1 katamtamang sibuyas; binalatan at gupitin sa 1/4 pulgadang makapal na hiwa
- 3 libra Walang butong balikat ng tupa, nakakubo
- 3 tasang Tubig
- 1 kutsarang Asin
- 2 tasang hilaw na mahabang butil na puting bigas, ibinabad at pinatuyo
- 4 tasa Dill, sariwa; pinong hiwa
- 2 sampung ans. Pinto beans
- 8 kutsarang Mantikilya; natunaw
- ¼ kutsarita na mga sinulid ng Saffron; dinurog at natunaw sa 1 kutsara. maligamgam na tubig

MGA DIREKSYON

a) Sa isang mabigat na 3 hanggang 4 na quart casserole, na may mahigpit na angkop na takip, tunawin ang 2 kutsarang mantikilya sa katamtamang init.

b) Kapag ang bula ay nagsimulang humupa, idagdag ang mga sibuyas at, madalas na pagpapakilos, lutuin ng mga 10 minuto, o hanggang sa ang mga hiwa ay matingkad na kayumanggi. Gamit ang isang slotted na kutsara, ilipat ang mga ito sa isang plato.

c) Isang kalahating dosenang piraso o higit pa sa isang pagkakataon, kayumanggi ang mga cube ng tupa sa natitirang taba sa kaserol, pinipipihit ang mga ito gamit ang mga sipit o kutsara at kinokontrol ang init upang makulayan ang mga ito nang malalim at pantay nang hindi nasusunog. Habang sila ay kayumanggi, ilipat ang mga cubes ng tupa sa plato na may mga sibuyas.

d) Ibuhos ang 3 tasa ng tubig sa kaserol at pakuluan sa mataas na apoy, samantala i-scrape ang mga brown na particle na nakakapit sa ilalim at gilid ng kawali. Ibalik ang tupa at sibuyas sa kaserol, idagdag ang asin, at bawasan ang apoy sa mababang.

e) Takpan nang mahigpit at kumulo ng humigit-kumulang 1 oras at 15 minuto, o hanggang malambot ang tupa at hindi nagpapakita ng panlaban kapag tinusok ng maliit at matalim na kutsilyo. Ilipat ang tupa, mga sibuyas at lahat ng likido sa pagluluto sa isang malaking mangkok at itabi ang kaserol.

f) Painitin ang oven sa 350 degrees. Pakuluan ang 6 na tasa ng tubig sa isang 5 hanggang 6 quart saucepan. Ibuhos ang bigas sa isang mabagal, manipis na sapa upang ang tubig ay hindi tumigil sa pagkulo. Gumalaw ng isang beses o dalawang beses, pakuluan nang mabilis sa loob ng 5 minuto, pagkatapos ay alisin ang kawali mula sa apoy, pukawin ang dill at beans at alisan ng tubig sa isang pinong salaan.

g) Ilagay ang halos kalahati ng pinaghalong bigas sa kaserol at basain ito ng « tasa ng likidong pagluluto ng tupa. Pagkatapos gamit ang isang spatula o kutsara, ikalat ang pinaghalong bigas sa mga gilid ng kawali.

h) Gamit ang isang slotted na kutsara, ibalik ang tupa at mga sibuyas sa kaserol at pakinisin ang mga ito sa ibabaw ng bigas.

i) Pagkatapos ay ikalat ang natitirang rice mixture sa ibabaw. Pagsamahin ang 2 kutsara ng tinunaw na mantikilya sa 6 na kutsara ng sabaw ng tupa at ibuhos ito sa kanin. Pakuluan ang kaserol sa sobrang init.

j) Takpan nang mahigpit at maghurno sa gitna ng oven sa loob ng 30 hanggang 40 minuto, o hanggang malambot ang beans at nasipsip ng bigas ang lahat ng likido sa kaserol.

k) Upang ihain, kutsara ang tungkol sa isang tasa ng pinaghalong bigas sa isang maliit na mangkok, idagdag ang natunaw na saffron at haluin hanggang sa ang kanin ay matingkad na dilaw.

l) Ikalat ang halos kalahati ng natitirang kanin sa isang pinainit na pinggan at ayusin ang tupa sa ibabaw nito. Takpan ang tupa ng natitirang pinaghalong plain rice at palamutihan ito ng saffron rice. Ibuhos ang natitirang 6 na kutsara ng tinunaw na mantikilya sa itaas.

44. Cheesy Pinto Beans

Servings: 4

MGA INGREDIENTS
- 2 cloves ng bawang
- 1 jalapeño
- 1 kutsarang mantika
- 2 15oz. lata pinto beans
- 1/4 kutsarita pinausukang paprika
- 1/4 kutsarita ng ground cumin
- 1/8 kutsarita na bagong lamat na itim na paminta
- 2 gitling mainit na sarsa
- 1/2 tasa ginutay-gutay na cheddar cheese
- 2 servings ng long-grain rice, niluto

MGA DIREKSYON
a) Hiwain ang bawang at hiwain ng pino ang jalapeño.
b) Idagdag ang bawang, jalapeño, at mantika sa kawali. Igisa ang bawang at jalapeño sa katamtamang init ng halos isang minuto, o hanggang sa mabango ang bawang.
c) Magdagdag ng isang lata ng pinto beans sa isang blender, kasama ang likido sa lata, at purée hanggang makinis.
d) Idagdag ang puréed beans at ang pangalawang lata ng beans (pinatuyo) sa sauce-pot na may bawang at jalapeño. Haluin upang pagsamahin.
e) Timplahan ang beans ng pinausukang paprika, kumin, paminta, at mainit na sarsa. Haluin upang pagsamahin, pagkatapos ay init sa ibabaw ng daluyan, pagpapakilos paminsan-minsan.
f) Panghuli, idagdag ang ginutay-gutay na cheddar at haluin hanggang sa maayos itong matunaw sa beans. Tikman ang beans at ayusin ang pampalasa ayon sa gusto mo. Ihain sa kanin o kasama ng paborito mong pagkain.

45. <u>Bigas at beans na may basil pesto</u>

Servings:4 Servings

MGA INGREDIENTS
- Spray sa pagluluto ng gulay
- 1 tasang tinadtad na sibuyas
- 1 tasang hilaw na bigas na long-grain
- 13¾ onsa sabaw ng manok na walang idinagdag na asin, (1 lata)
- 1 tasang tinadtad na hindi binalatan na kamatis
- ¼ tasa Komersyal na pesto basil sauce
- 16 ounces pinto beans

MGA DIREKSYON
a) Pahiran ng cooking spray ang isang malaking kawali, at ilagay sa medium-high heat hanggang mainit.
b) Magdagdag ng sibuyas; igisa ng 2 minuto. Magdagdag ng kanin at sabaw; pakuluan.
c) Bawasan ang init, at kumulo, walang takip, 15 minuto o hanggang maluto ang bigas at masipsip ang likido.
d) Haluin ang kamatis, pesto sauce, at beans; magluto ng 2 minuto o hanggang sa lubusan na init.

46. Flank steak na may black beans at kanin

Servings:6 Servings

MGA INGREDIENTS

- 1½ pounds Flank steak
- 3 tablespoons Langis ng gulay
- 2 dahon ng bay
- 5 tasang baka ng baka
- 4 na kutsarang langis ng oliba
- 2 mga sibuyas; tinadtad
- 6 na sibuyas ng bawang; tinadtad
- 1 kutsarang pinatuyong oregano
- 1 kutsarang Ground cumin
- 2 kamatis; may binhi, tinadtad
- asin; sa panlasa
- Bagong-giniling na itim na paminta; sa panlasa
- Pinto beans
- Nagluto ng puting bigas
- 2 tablespoons Langis ng gulay
- 6 Itlog

MGA DIREKSYON

a) Timplahan ng asin at paminta ang steak. Init ang langis ng gulay sa mabigat na malaking kawali sa mataas na init. Magdagdag ng steak at lutuin hanggang sa mag browned sa lahat ng panig. Magdagdag ng bay leaves at stock.

b) Bawasan ang init at kumulo nang dahan-dahan hanggang sa maging malambot ang steak, paminsan-minsan, mga 2 oras.

c) Alisin sa init at hayaang lumamig ang karne sa stock. Alisin ang karne mula sa stock at gupitin ito. Magreserba ng 1 tasa ng pagluluto ng likido; magreserba ng natitirang likido sa pagluluto para sa isa pang gamit. Init ang langis ng oliba sa mabigat na malaking kawali sa katamtamang init. Magdagdag ng sibuyas at igisa hanggang sa ginto.

d) Magdagdag ng bawang, oregano at kumin at igisa hanggang mabango. Magdagdag ng mga kamatis at magpatuloy sa pagluluto hanggang ang karamihan sa likido ay sumingaw.

e) Magdagdag ng ginutay-gutay na karne at 1 tasa na nakareserbang likido sa pagluluto. Timplahan ng asin at paminta ayon sa panlasa. Ayusin ang karne ng baka, kanin at beans sa isang parihabang pinggan sa tatlong hanay na may kanin sa gitna (dapat itong magmukhang bandila ng Venezuelan).

f) Init ang langis ng gulay sa mabigat na malaking kawali sa katamtamang init. Hatiin ang mga itlog sa kawali. Iprito hanggang malambot. Ihain sa ibabaw ng beans, karne at kanin.

47. African Rice at Beans

Servings:6

MGA INGREDIENTS

- ½ tasang pula / palm / o canola oil ang ginamit ko ½ at ½
- 2-3 bawang clove tinadtad
- 1 katamtamang sibuyas na hiniwa
- 1 kutsarang pinausukang paprika
- 1 kutsarita ng tuyo na thyme
- ½ scotch bonnet pepper o ½ kutsarita ng cayenne pepper
- 4 na kamatis na hiniwa
- 2 tasang hinugasan ang mahabang butil ng bigas
- 2 tasang lutong beans na itim, pula, itim na mata na mga gisantes
- 4 1/2 - 5 tasang sabaw ng manok o tubig
- 1 kutsarang asin o higit pa sa panlasa
- 1/4 cup crayfish opsyonal
- 1 kutsarita chicken bouillon opsyonal

MGA DIREKSYON

a) Painitin ang isang kasirola na may mantika. Pagkatapos ay magdagdag ng mga sibuyas, bawang, thyme, pinausukang paprika at mainit na paminta, igisa ng halos isang minuto, magdagdag ng mga kamatis. Magluto ng mga 5-7 minuto.

b) Haluin ang bigas sa kawali; ipagpatuloy ang paghahalo ng mga 2 minuto.

c) Pagkatapos ay magdagdag ng beans, 4 1/2 tasa ng stock ng manok/tubig, pakuluan bawasan ang init, at kumulo hanggang maluto ang kanin, mga 18 minuto o higit pa. Ayusin para sa asin at paminta. Kailangan mong pukawin paminsan-minsan upang maiwasan ang anumang pagkasunog.

d) Ihain nang mainit kasama ng manok, nilaga o gulay

48. Tumbleweed, pinto bean, at rice salad

Servings:6 na servings

MGA INGREDIENTS

- ¾ tasa pinatuyong pinto beans
- 1½ tasa Tumbleweed greens o curly endive, o fennel tops, hugasan ng maigi at pinatuyo
- 1½ tasa nilutong puting long-grain rice
- ¾ tasa ng langis ng sunflower
- 3 kutsarang Herb flavored red wine vinegar
- 2 kutsarang tinadtad na sariwang chives
- 2 maliliit na sibuyas ng bawang, binalatan
- ¼ kutsarita Itim na paminta
- ⅛ kutsarita ng Asin
- Chive blossoms para sa dekorasyon

MGA DIREKSYON

a) Ibabad ang beans magdamag sa tubig upang matakpan. Sa umaga, alisan ng tubig ang beans, banlawan ang mga ito sa ilalim ng malamig na tubig na tumatakbo, at ilagay ang mga ito sa isang kasirola na may sariwang tubig upang takpan.

b) Pakuluan sa mataas na apoy, pagkatapos ay bawasan ang apoy at kumulo ng ilang oras hanggang sa lumambot ang beans at magsimulang mahati ang mga balat.

c) Magdagdag ng tubig kung kinakailangan upang hindi matuyo ang beans, at haluin paminsan-minsan upang maiwasang masunog at dumikit. Alisin mula sa init, alisan ng tubig, at hayaang lumamig.

d) Sa isang mangkok, ihalo ang mga gulay, beans, at kanin. Takpan at palamigin sa refrigerator ng hindi bababa sa 30 minuto.

e) Sa isang blender, pagsamahin ang mantika, suka, chives, bawang, paminta, at asin. Haluin sa mataas na bilis hanggang sa mapino ang mga chives at bawang.

f) Ibuhos ang dressing sa salad, ihagis, at palamutihan ng chive blossoms.

49. <u>Pinto Bean, Rice, at Veggie Salad</u>

Servings: 4

MGA INGREDIENTS

- 2 tasang tubig
- 1 tasang hilaw na mahaba-butil na bigas
- 15-onsa na lata ng pinto beans, binanlawan at pinatuyo
- 1 pulang kampanilya paminta
- 1 dilaw na paminta
- 5 berdeng sibuyas
- ¼ tasa ng langis ng oliba
- ¼ tasang apple cider vinegar
- 1 kutsarang Dijon mustard
- 1 kutsarita ng ground cumin
- 1 malaking sibuyas ng bawang
- ¾ kutsarita ng kosher na asin
- ¼ kutsarita ng sariwang giniling na itim na paminta

MGA DIREKSYON

a) Ibuhos ang 2 tasa ng tubig sa isang medium na kasirola. Pakuluan, pagkatapos ay idagdag ang hilaw na kanin, haluin upang pagsamahin, at bumalik sa pigsa. Takpan ang kawali, at bawasan ang init hangga't maaari.

b) Pakuluan nang hindi binubuksan ang takip sa loob ng 15 minuto, hanggang sa lumambot ang bigas at masipsip ang tubig.

c) Pinong tumaga ang mga paminta. Hatiin ng manipis ang berdeng sibuyas. Hiwain ang bawang.

d) Sa isang malaking mangkok ng paghahalo, pagsamahin ang nilutong kanin, beans, tinadtad na pula at dilaw na paminta, at scallion, at ihagis upang pagsamahin.

e) Sa isang maliit na mangkok o tasa ng panukat, pagsamahin ang langis ng oliba, apple cider vinegar, mustasa, kumin, bawang, asin, at itim na paminta, Paghaluin nang maigi upang pagsamahin, pagkatapos ay ibuhos ang pinaghalong bigas.

f) Ihagis nang dahan-dahan upang mabalot, pagkatapos ay ihain kaagad o panatilihin sa refrigerator hanggang sa 3 araw.

50. Edamame At Pinto Bean Salad

MGA PAGLILINGKOD: 6

MGA INGREDIENTS
PARA SA PAGBIBIBIS
- 1/2 tasang cider vinegar
- 1/4 tasa ng langis ng oliba
- 1 1/2 kutsarita ng kumin
- 1 kutsarita sariwang tinadtad na bawang
- Asin at paminta para lumasa

PARA SA SALAD
- 3 tasang nilutong long-grain rice, pinalamig
- 2 tasang edamame beans
- 1 oz can pinto beans banlawan
- 3/4 tasa ng makinis na diced pulang paminta
- 3/4 tasa sariwang cilantro na halos tinadtad
- Asin at paminta para lumasa

MGA DIREKSYON
a) Sa isang mangkok na may whisk, pagsamahin ang langis ng oliba, suka, bawang, at kumin. Haluin hanggang maayos, tikman, at timplahan ng asin at paminta. Itabi.
b) Sa isang hiwalay na malaking mangkok, idagdag ang pinalamig na kanin, edamame beans, tinadtad na paminta, at pinto beans.
c) Haluin at timplahan ng asin at paminta. Idagdag ang tinadtad na cilantro.
d) Huwag idagdag ang dressing bago ihain. Magdagdag ng halos kalahati sa una at tikman. Magdagdag pa kung gusto mo.
e) Haluing mabuti at ihain sa isang malaking mangkok, pinalamutian ng mas maraming dahon ng cilantro.

51. Rice at bean salad na may minced crudite

Servings:4
MGA INGREDIENTS
- 1¼ tasa ng Lutong Long-grain na bigas
- 1 tasa nilutong pinto beans -- binanlawan At pinatuyo
- 2 kutsara Tinadtad na pecan -- inihaw
- 2 kutsarang tinadtad na pulang kampanilya
- 2 kutsarang tinadtad na pulang sibuyas
- 3 kutsarang tinadtad na sariwang cilantro
- 3 kutsarang berdeng sili, diced
- ⅓ tasa ng Karot -- tinadtad
- ⅓ tasa Broccoli florets -- tinadtad
- ⅓ tasa cauliflower florets, tinadtad
- Asin at paminta -- sariwang Dinurog
- 2 tasang Iceberg lettuce -- ginutay-gutay
- 3 kutsarang Italian salad na walang taba

MGA DIREKSYON
a) Magluto ng pinto beans, na may palamuti ng tangkay ng kintsay, tipak ng karot, at tangkay ng haras. Banlawan, alisan ng tubig, palamigin.
b) Mga dalawa hanggang tatlong oras bago ihain, pagsamahin ang pinalamig na kanin at beans sa isang malaking mangkok ng paghahalo. Balatan ang isang karot at gupitin ito sa 1 pulgadang piraso.
c) Pinong tumaga, kasama ang 5 hanggang 6 na broccoli florets at cauliflower florets, sa isang food processor. Idagdag sa mangkok at ihagis.
d) Dry-pan inihaw ang mga piraso ng pecan para sa mga 4 na minuto sa katamtamang init. Alisan sa init. Hayaang lumamig at pagkatapos ay idagdag sa salad.
e) Tadtarin ng kamay ang sibuyas, pulang kampanilya, at sariwang dahon ng cilantro. Hiwain ang mga de-latang sili.
f) Idagdag sa salad at ihalo nang mabuti. Tikman at timplahan ng asin at paminta. Ihagis mabuti.
g) Magdagdag ng 3 kutsara ng salad dressing. Ihagis. Chill. Ihain sa isang kama ng manipis na ginutay-gutay na litsugas.

52. Bean at Rice Soup

Servings: 4

MGA INGREDIENTS

- 2 tasang manok, niluto at nilagyan ng cube
- 1 tasang long-grain rice, niluto
- 2 15-onsa na lata ng pinto beans, pinatuyo
- 4 tasang stock ng manok
- 2 kutsarang Taco Seasoning Mix
- 1 tasang tomato sauce

Mga toppings:

- Grated na keso
- Salsa
- Tinadtad na cilantro
- Tinadtad na sibuyas

MGA DIREKSYON

a) Ilagay ang lahat ng sangkap sa isang medium stockpot. Haluing malumanay.

b) Magluto sa katamtamang init, kumulo ng mga 20 minuto, paminsan-minsang pagpapakilos.

c) Ihain kasama ng mga toppings.

53. Maanghang na karne

MGA INGREDIENTS

- Ground/minced beef 500g
- 1 Malaking sibuyas na tinadtad
- 3 siwang ng Bawang
- 2Mga lata ng tinadtad na kamatis 400g
- Pigain ang tomato puree
- 1 kutsarita ng chili powder (o sa panlasa)
- 1 kutsarita ng ground cumin
- dash ng Worcester sauce
- Budburan ng asin at paminta
- 1 tinadtad na pulang paminta
- 1 lata ng pinatuyo na kidney beans 400g

MGA DIREKSYON

a) Iprito ang sibuyas sa isang mainit na kawali na may mantika hanggang sa halos kayumanggi pagkatapos ay ilagay ang tinadtad na bawang

b) Idagdag ang mince at haluin hanggang kayumanggi;alisan ng tubig ang anumang labis na taba kung ninanais

c) Idagdag ang lahat ng pinatuyong pampalasa at pampalasa pagkatapos ay bawasan ang init at magdagdag ng tinadtad na kamatis

d) Haluing mabuti at ilagay ang tomato purée at Worcestershire sauce pagkatapos ay hayaang kumulo ng halos isang oras (mas mababa kung nagmamadali ka)

e) Idagdag ang tinadtad na pulang paminta at patuloy na kumulo sa loob ng 5 minuto, pagkatapos ay idagdag ang lata ng pinatuyo na kidney beans at lutuin ng karagdagang 5 minuto Kung ang sili ay matuyo sa anumang punto magdagdag lamang ng kaunting tubig.

f) Ihain kasama ng kanin, jacket na patatas o pasta!

54. Vegan Rice Soup

Servings: 4

MGA INGREDIENTS

- 4 na malalaking tangkay ng kintsay
- 3 malalaking karot
- 1 katamtamang puting sibuyas
- 1 kutsarita ng tuyo na thyme
- 1 kutsarita ng tuyo na perehil
- 1 kutsarita ng bawang pulbos
- 1 kutsarita ng asin
- 1/2 kutsarita ng ground sage
- 1 kutsarang coconut aminos
- 4 tasang sabaw ng gulay
- 2 tasang tubig
- 2/3 tasa ng mahabang butil na puting bigas
- 1 latapintobeans (15 oz. lata)

MGA DIREKSYON

a) Dice o i-chop ang mga gulay sa mga piraso ng bite size.

b) Magdagdag ng malaking kaldero sa kalan at i-on ang medium heat. I-spray ang ilalim ng palayok ng avocado oil o olive oil spray. Magdagdag ng mga gulay.

c) Magluto ng mga gulay 3-4 minuto.

d) Pagkatapos ng 3-4 minuto, magdagdag ng mga pampalasa, bay leaf at coconut aminos. Haluin at lutuin ng 1-2 minuto pa.

e) Habang nagluluto ang mga gulay, banlawan ng mabuti ang kanin.

f) Magdagdag ng 1/2 tasa ng sabaw ng gulay at simutin ang ilalim/gilid ng palayok upang alisin ang anumang kayumangging piraso mula sa ibaba.

g) Idagdag ang natitirang sabaw, tubig at kanin sa kaldero. Haluin at takpan. Gawing mataas ang init.

h) Kapag kumulo na ang sabaw, hinaan ang apoy sa mahina at lutuin ng 15 minuto.

i) Habang nagluluto ang sopas, banlawan at alisan ng tubig ang beans. At idagdag ang mga ito sa sopas.

j) Bago ihain, alisin ang mga dahon ng bay. Ihain nang mainit.

55. Bean at rice burritos

Servings:10 servings

MGA INGREDIENTS

- 1 latangPinto beans
- 1 tasang long-grain rice; niluto
- ½ tasa sibuyas; nagyelo, tinadtad
- ½ tasa ng paminta; nagyelo, tinadtad
- ½ tasa ng mais; nagyelo
- Chili powder; gitling
- Litsugas, tinadtad
- 1 bungkosngScallions; tinadtad
- kumin; gitling
- Bawang pulbos; gitling
- ¾ tasa ng Tubig
- Salsa, walang langis, mababang sodium
- 10 Tortilla, buong trigo
- 1 kamatis; tinadtad

MGA DIREKSYON

a) Igisa ang mga frozen na sibuyas at berdeng paminta sa ilang kutsarang tubig sa isang kawali.

b) Alisan ng tubig at banlawan ang mga beans at ilagay ang mga ito sa isang kawali at i-mash gamit ang potato masher. Idagdag ang nilutong kanin, mais, pampalasa, at tubig. Painitin ng 5 hanggang 10 minuto hanggang sa masipsip ang karamihan sa tubig, paminsan-minsang pagpapakilos.

c) Painitin nang mabilis ang mga tortillas (para lumambot lang) sa isang preheated skillet, toaster oven, o microwave.

d) Maglagay ng isang linya ng pinaghalong bean sa gitna ng bawat tortilla, at magdagdag ng isang kutsarita ng salsa at alinman sa iba pang mga toppings ayon sa gusto.

e) Tiklupin pataas ng ½ pulgada sa bawat gilid, isuksok sa tuktok na gilid, at igulong sa isang burrito. Ihain kaagad, nilagyan ng karagdagang salsa kung ninanais.

56. Rice at Bean Roll-Ups

Servings: 6

MGA INGREDIENTS

- 1 1/2 tasa ng salsa
- 1 tasang nilutong long-grain rice
- 2 medium Roma (plum) na kamatis, tinadtad
- 1 maliit na bell pepper, gupitin sa 1/2-inch na piraso
- 1 lata (15 oz) black beans na may cumin, hindi natuyo
- 1 lata (7 ounces) buong kernel corn, pinatuyo
- 6 garden na gulay-flavored flour tortillas, (8 pulgada ang lapad)
- 1 tasang ginutay-gutay na Mexican cheese blend (4 onsa)

MGA DIREKSYON

a) Painitin ang oven sa 350°F. Ikalat ang 1/2 tasa ng salsa sa ungreased rectangular baking dish, 13x9x2 inches.

b) Paghaluin ang kanin, kamatis, kampanilya, black beans at mais. Ikalat ang tungkol sa 1 tasa ng pinaghalong bigas sa bawat tortilla; igulong ang tortilla. Ilagay ang mga gilid ng tahi pababa sa salsa sa baking dish. Kutsara ang natitirang 1 tasa ng salsa sa mga tortilla. Budburan ng keso.

c) Takpan at maghurno ng 30 hanggang 35 minuto o hanggang sa uminit at matunaw ang keso.

d) Para sa higit pang pampalasa, gamitin ang bagong jalapeño- o cilantro-flavored tortillas na available sa supermarket.

57. Inihurnong Pinto Bean Flautas na may harina na Tortilla

Servings: 25 flautas

MGA INGREDIENTS
- 1/2 tasa pulang sibuyas
- 1/2 tasa puting sibuyas
- 2 kutsarang avocado oil
- 1 malaking kampanilya paminta diced
- 2 tasang black beans
- 1.5 tasa ng chickpeas
- 1 lata pinto beans, pinatuyo at binanlawan
- 1/4-1/2 tasa ng salsa verde
- 1 kutsarang sili na pulbos
- 1 kutsarang pulbos ng bawang
- 1 kutsarang kumin
- 1/8 kutsarita ng cayenne pepper o paprika
- 1/8 kutsarita ng oregano
- asin, sa panlasa
- 2-3 kutsarang sariwang tinadtad na cilantro
- 2-4 na tasa ng iyong mga paboritong Mexican cheese, ginutay-gutay
- 25-30 maliit na rice flour tortillas

MGA DIREKSYON
a) Painitin muna ang iyong oven sa 385 degrees F.
b) Igisa ang iyong sibuyas sa kaunting mantika [approx 2 tablespoons] para lumambot.
c) Susunod na pagsamahin ang bell pepper, beans, at salsa sa isang malaking mangkok.
d) Magdagdag ng mga sibuyas sa halo at timplahan ng chili powder, bawang pulbos, kumin, cilantro, asin, cayenne, oregano.
e) Susunod na balutin ang isang maliit na stack ng corn tortillas [4-5] sa isang basang papel na tuwalya at microwave sa mataas na temperatura sa loob ng 30 segundo. I-follow up ito ng karagdagang 30 segundo.

f) Kapag na-steam, i-spray o kuskusin ang isang bahagi ng tortilla na may mantika at magdagdag ng manipis na layer ng veggie filling patayo sa gitna ng kabaligtaran [un-oiled] ng tortilla. Ibabaw ito ng isang layer ng keso [hangga't gusto mo!] at dahan-dahang igulong ang tortilla.

g) tip: ang iyong steamed tortillas ay natural na magsisimulang magkulot sa isa't isa sa stack. Ito ay isang kabuuang bentahe dahil natural na gusto nilang gumulong! Kapag tinanggal mo ang iyong mga tortillas mula sa tuwalya ng papel, langisan ang gilid na nakaharap pataas at pagkatapos ay ilagay ang palaman sa gilid na kumukulot sa loob. Viola!

h) Isara ang bawat flauta gamit ang dalawang toothpick at ilagay sa wire baking/cooling rack. Ulitin ang mga hakbang na ito hanggang sa magkaroon ka ng rack na puno ng mga flauta.

i) Ilagay ang mga ito sa isang wire rack sa isang foil-lined baking sheet. Itinataas ng wire rack ang mga flauta at pinapayagan silang maging maganda at malutong sa magkabilang panig.

j) Budburan ang natapos na produkto ng isang gitling, pulbos ng bawang at paminta ng cayenne.

k) Maghurno sa gitnang rack, sa 385F, para sa humigit-kumulang 15-18 minuto. Sa pinakadulo, ilagay ang oven upang mag-ihaw sa HIGH nang wala pang isang minuto para malutong ang mga tortillas sa isang perpektong ginintuang, malutong na shell.

58. Bean at kanin burger

Servings:4 na servings

MGA INGREDIENTS

- 1 tasang nilutong long-grain rice
- 1½ tasa nilutong pinto beans, minasa
- ½ tasa ng harina ng trigo (o puti)
- 1 kutsarang Margarine o mantikilya
- 1 medium na sibuyas -- diced
- 1 sibuyas na bawang -- minasa
- 1 kutsarang Spike o pampalasa na asin
- 1 tasang nilutong niligis na patatas
- ½ tasang cornmeal
- ½ tasang Bran
- ½ tasang basag na trigo
- 1 maliit na Paminta -- diced
- 1 gadgad na karot

MGA DIREKSYON

a) Painitin ang greased grill o electric fry-pan sa katamtamang init.
b) Idagdag ang lahat ng Sangkap at haluing mabuti. Maghanap ng pare-parehong 'hamburger'.
c) Kutsara ng humigit-kumulang 2 kutsarang halo sa grill o fry-pan para sa bawat burger at patagin gamit ang greased pancake turner.
d) Lumiko ng ilang beses sa halip na isang beses lang sa bawat panig tulad ng mga nakasanayang burger, mas maganda ang texture nila sa ganoong paraan.

59. Rice at bean enchiladas na may pulang sarsa

Servings:12 Servings

MGA INGREDIENTS

- 12 9 pulgadang harina tortillas; walang taba
Pagpupuno
- 1 kutsarang langis ng Canola
- 2 mga sibuyas; tinadtad
- 6 cloves ng bawang; tinadtad
- 16 ounces Tomato sauce
- 1 kutsarang Chili powder
- ½ kutsarita ng mga natuklap na pulang paminta; durog
- 2 kutsarita ng giniling na kumin
- 2 kutsarita ng Asin
- 5 tasang lutong bigas
- 3 libra Lutong beans
- Tubig; kung kinakailangan
- ⅔ tasa Pitted black olives; tinadtad
- 8 ounces Matalim na cheddar cheese; gadgad
- ½ bungkos Tinadtad na dahon ng cilantro

MGA DIREKSYON

a) Sa isang malaking non-stick sauté pan o sauce pan, painitin ang mantika. Magdagdag ng sibuyas at bawang at lutuin hanggang malambot. Magdagdag ng tomato sauce, chili powder, pepper flakes, kumin at asin. Magluto nang dahan-dahan, walang takip, 15 minuto upang timpla ang mga lasa.

b) Idagdag ang kalahati ng pinaghalong kamatis sa nilutong beans sa mangkok. Haluin upang timpla. Idagdag ang nilutong bigas sa natitirang kalahati ng pinaghalong kamatis.

c) Painitin muna ang oven sa 350F. Langis nang bahagya ang isang napakalaking) o 2 mas maliit na baking dish. Maglagay ng manipis na layer ng Red Sauce, (mga 1-1 ½ tasa) sa ilalim ng baking dish.

d) Hatiin ang pagpuno sa 12 paraan, ilagay ang napapanahong beans (mga ½ tasa), tinimplahan na kanin (mga ½ tasa), tinadtad na olibo, keso at cilantro sa bawat tortilla.
e) Pagulungin nang mahigpit at ilagay, tahiin, sa isang layer sa baking dish.
f) Ibabaw na may natitirang Red Sauce. Takpan ng pergamino o wax na papel at itaas nang mahigpit na may foil. Maghurno sa preheated oven sa loob ng 60 minuto. Alisin ang foil at papel, budburan ng 2 oz. ng nakareserbang keso at maghurno ng karagdagang 15 minuto.
g) Ihain kasama ng Fresh Green Salsa.

60. Rice And Bean Quesadillas

Servings:4-6

MGA INGREDIENTS

- 1 kutsarita ng langis ng oliba-
- 1 tasang nilutong long-grain rice
- 1 (15 oz) lata pinto beans, pinatuyo at binanlawan
- 1 kutsarita ng kumin
- 1 kutsarita ng paprika
- 3/4 kutsarita ng bawang pulbos
- 1/2 kutsarita sibuyas pulbos
- 4–6 tortillas
- Matalim na Cheddar na ginutay-gutay na keso

MGA DIREKSYON

a) Init ang isang malaking kawali sa katamtamang init at magdagdag ng langis ng oliba, kanin, beans at pampalasa. Magluto hanggang uminit, mga 3 minuto.

b) Ilagay ang iyong tortilla sa isang cutting board at at budburan ang kalahati ng isang maliit na dakot ng keso 1/4 - 1/3 tasa at pagkatapos ay itaas na may pantay na dami ng pinaghalong kanin at bean.

c) Tiklupin ang tortilla at ilagay sa kawali na medyo may mantika. Magluto ng quesadilla hanggang matunaw ang keso at ang bawat panig ng tortilla ay maging ginintuang kayumanggi, baligtarin ng isang beses.

d) Hayaang lumamig ang quesadillas ng ilang minuto bago hiwain.

61. Peruvian Tacu Tacu Cake

SERVINGS: 2-4 servings

MGA INGREDIENTS
PARA SA SALSA CRIOLLA
- 1/2 maliit na pulang sibuyas, hiniwa ng manipis
- 2 kutsarang tinadtad na sariwang dahon ng cilantro
- 2 kutsarang sariwang katas ng kalamansi
- 1/4 kutsarita ng aji Amarillo paste
- 1/4 kutsarita kosher salt

PARA SA TACU TACU
- 3 kutsarang grapeseed o safflower oil
- 1/2 maliit na pulang sibuyas, tinadtad
- 2 sibuyas ng bawang, tinadtad
- 1/2 kutsarita kosher salt, dagdag pa sa panlasa
- 1 kutsarita ng aji Amarillo paste
- 2 tasang niluto o de-latang pinto beans, pinatuyo at binanlawan
- 1 tasang malamig na nilutong mahabang butil na puting bigas
- 1 kutsarang tinadtad na sariwang flat-leaf na dahon ng perehil
- 1 kutsarang tinadtad na sariwang oregano
- 1 kalamansi, gupitin sa mga wedges

MGA DIREKSYON
a) Gawin ang salsa: Sa isang medium na mangkok, pagsamahin ang sibuyas na may sapat na malamig na tubig upang masakop, at hayaang umupo nang hindi bababa sa 10 minuto, pagkatapos ay alisan ng tubig. Ihagis ang cilantro, katas ng kalamansi, aji Amarillo at sal

b) Gawin ang tacu tacu: Sa isang 10-pulgadang nonstick skillet sa katamtamang init, init 1 kutsara ng mantika hanggang sa kumikinang. Paghaluin ang sibuyas at bawang at lutuin, pagpapakilos, hanggang sa bahagyang browned, 5 hanggang 6 na minuto. Haluin ang asin at aji Amarillo, at i-scrape ang timpla sa mangkok ng food processor. Punasan ang kawali.

c) Magdagdag ng 1 tasa ng beans sa food processor at purée sandali hanggang sa halos makinis ngunit makapal pa rin. I-scrape ang timpla sa isang malaking mangkok.

d) Idagdag ang natitirang 1 tasa ng beans (iwang buo), ang kanin, perehil, at oregano sa mangkok at pukawin upang lubusang pagsamahin. Tikman, at magdagdag ng higit pang asin kung kinakailangan.

e) Ibalik ang kawali sa katamtamang init at ibuhos ang isa pang 1 kutsara ng mantika. Idagdag ang rice-and-bean mixture at gumamit ng spatula upang ikalat ito nang pantay-pantay at bahagyang i-pack ito pababa.

f) Lutuin hanggang sa malalim na kayumanggi sa ilalim, mga 7 minuto. Alisin mula sa apoy, baligtarin ang isang plato (mas mabuti na walang rim) sa ibabaw ng kawali, at maingat na i-flip ang dalawa upang mapunta ang bean-and-rice cake sa ibabang bahagi sa plato.

g) Ibalik ang kawali sa katamtamang init, ibuhos ang natitirang 1 kutsara ng mantika, at i-slide ang cake pabalik sa kawali.

h) Magluto para sa isa pang 7 minuto, o hanggang sa malalim na kayumanggi sa kabilang panig, pagkatapos ay baligtarin ang plato at i-flip muli ang kawali upang mapunta ang cake sa plato.

i) Itaas ang salsa at ihain nang mainit na may lime wedges.

62. Alkaline Stew Peas na may Dumplings

Servings: 4

MGA INGREDIENTS

- 1 tasang pinatuyong pinto beans, ibinabad sa magdamag
- 1 sibuyas, malaki
- 1 karot, malaki
- 3 sibuyas ng bawang
- 1 tangkay ng scallion
- 1 kutsarita thyme
- ½ kutsarita ng allspice, giniling
- 1 kutsarang all-purpose seasoning
- Asin at paminta para lumasa
- 1 scotch bonnet pepper, buo
- 1 tasang gata ng niyog
- 1 kutsarang mantika, opsyonal

GLUTEN FREE DUMPLINGS

- 1½ kutsara. puting bigas na harina
- 1½ kutsara. harina ng bakwit
- 1 kutsarang patatas na almirol
- ½ kutsarang tapioca flour
- 1 kutsarang almond flour
- ¼ kutsarita ng asin
- 2 kutsara. tubig

MGA DIREKSYON

f) Patuyuin ang babad na beans at ilagay sa isang pressure cooker. Takpan ng sariwang tubig, mga isang pulgada sa itaas ng beans. Takpan at lutuin ng mga 20 hanggang 25 minuto.

g) Samantala, i-chop ang sibuyas, bawang, carrot at scallion saka ilagay sa isang mangkok.

h) Sa isa pang mangkok, pagsamahin ang lahat ng mga tuyong sangkap upang gawin ang mga dumplings. Dahan-dahang magdagdag ng tubig, paghahalo pagkatapos ng bawat pagbuhos, hanggang sa magsimulang mabuo ang isang matibay na masa.

i) Hatiin ang kuwarta sa mga 8 hanggang 10 mas maliliit na piraso. Igulong ang bawat piraso sa pagitan ng mga palad ng iyong mga kamay sa hugis ng 3-pulgadang haba na mga lubid o halos kasinglaki ng iyong pinkie finger. Itabi ang mga dumpling sa isang plato.

j) Kapag luto na ang beans, hayaan ang pressure cooker na magpalabas ng pressure bago buksan. Maaari mong patakbuhin ang palayok sa ilalim ng malamig na tubig sa gripo upang makatulong.

k) Alisin ang takip at idagdag ang mga tinadtad na pampalasa at natitirang pampalasa.

l) Idagdag ang gata ng niyog, dumplings at kumulo sa mahinang apoy sa loob ng 10 minuto.

m) Idagdag ang dumplings pagkatapos ay lutuin ng karagdagang 5 minuto ay hanggang sa ganap na maluto ang dumplings. Kung masyadong makapal ang nilagang, magdagdag ng mas maraming tubig kung kinakailangan.

n) Alisan sa init. Ihain kasama ng kanin at steamed veggies o avocado.

63. Bean at rice pudding na may mga pasas at mani

Servings:18 Servings

MGA INGREDIENTS

- 1½ tasa ng bigas; Mahabang Butil
- 3/4 tasa Mung Beans; Hatiin
- 1/4 tasa pinto bean
- 1 tasang Ghee
- 2 tasang Gatas
- 2½ tasa na kumukulong tubig
- 1½ tasa ng Brown Sugar; Nakaimpake
- ¼ tasa na walang buto na pasas; Madilim
- ½ tasa ng kasoy; Dry-Roasted, Unsalted, Tinadtad

MGA DIREKSYON

a) Banlawan at alisan ng tubig ang bigas.

b) Init ang 2 kutsara ng ghee sa isang malaking kasirola. Idagdag ang beans at iprito, sa katamtamang apoy, pagpapakilos, sa loob ng 3 minuto o hanggang sa maging medyo maliwanag.

c) Magdagdag ng 2 tasa ng tubig na kumukulo, pukawin, at bawasan ang init at lutuin sa isang kumulo, bahagyang natatakpan, sa loob ng 15 minuto.

d) Idagdag ang bigas at ang karagdagang ½ tasa ng tubig, at haluin. Lutuin na may takip, sa mababang kumulo, hanggang sa masipsip ang likido at halos lumambot ang kanin (15-20 minuto).

e) Idagdag ang gatas, pakuluan ang pinaghalong, at lutuin, haluin nang madalas upang hindi dumikit ngunit mag-ingat na panatilihing buo ang mga butil, hanggang sa lumapot ito at maluto ang kanin (mga 15 minuto).

f) Idagdag ang asukal, cardamom, at mga pasas, at ipagpatuloy ang pagluluto ng 3 minuto pa. Haluin ang natitirang ghee 2 kutsara sa isang pagkakataon, at karamihan sa cashew nuts (mag-ipon ng kaunti para sa dekorasyon).

g) Hayaang magpahinga ang puding, natatakpan, ng 15 minuto bago mo ito ihain

h) Ihain nang mainit, sa temperatura ng silid, o pinalamig, alinman bilang isang dessert o bilang meryenda nang mag-isa.

CRAWFISH ÉTOUFFÉE

64. Hipon Étouffée

Gumagawa ng: 4 SERVINGS

MGA INGREDIENTS:
- ½ tasa ng inasnan na mantikilya
- ½ tasang all-purpose na harina
- 1 kutsarang langis ng gulay
- 1 malaking berdeng paminta, diced
- ½ katamtamang sibuyas, diced
- 2 tangkay ng kintsay, diced
- 3 sibuyas ng bawang, tinadtad
- 1 (14-onsa) na lata ng diced na kamatis
- 1 kutsarang tomato paste
- 2 tasang sabaw ng manok o seafood stock
- 2 sanga ng sariwang thyme, at higit pa para sa dekorasyon
- 1½ kutsarita ng Creole seasoning
- 1 kutsarita ng Worcestershire sauce
- ½ kutsarita ng ground black pepper
- ½ kutsarita ng red pepper flakes
- 2 pounds raw jumbo shrimp, binalatan at hiniwa
- 2 tasang nilutong puting bigas

MGA TAGUBILIN:

a) Sa isang malaking kasirola sa katamtamang init, matunaw ang mantikilya. Kapag ang mantikilya ay natunaw, idagdag ang harina at haluin hanggang ang lahat ay maayos na pinagsama. Lutuin ang roux hanggang sa umabot ito ng maganda, mayaman na kayumangging kulay, 10 hanggang 15 minuto, ngunit siguraduhing huwag itong sunugin!

b) Idagdag ang bell peppers, sibuyas, kintsay, at bawang. Lutuin hanggang lumambot ang mga gulay, 3 hanggang 5 minuto. Pagkatapos ay idagdag ang diced tomatoes at tomato paste. Dahan-dahang ibuhos ang sabaw at ihagis ang sariwang thyme. Paghaluin hanggang sa maayos ang lahat, pagkatapos ay iwiwisik ang Creole seasoning, Worcestershire sauce, black pepper, at red pepper flakes. Paghaluin ang mga sangkap , at hayaang magluto ng 5 minuto sa katamtamang init.

c) Dahan-dahang simulan ang pagdaragdag ng hipon, at haluin. Bawasan ang apoy sa mahina at lutuin ng 5 minuto pa. Alisin ang thyme sprigs. Palamutihan ng thyme at ihain kasama ng mainit na kanin.

65. Crawfish Étouffée

GUMAGAWA NG 8–10 SERVING

MGA INGREDIENTS:

- 3/4 tasa mantikilya o langis ng gulay
- 3/4 tasa ng all-purpose na harina
- 1 malaking sibuyas, tinadtad
- 1 bungkos na berdeng sibuyas, tinadtad, puti at berdeng mga bahagi ay pinaghiwalay
- 1 berdeng paminta, tinadtad
- 3 tangkay ng kintsay, tinadtad.
- 4 malalaking sibuyas ng bawang, tinadtad
- 3 kutsarang tomato paste
- 6 na tasang seafood stock o tubig
- ½ kutsarita ng tuyo na thyme
- 3 dahon ng bay
- 1 kutsarita Creole seasoning
- 1 kutsarita ng asin
- 1 kutsarang sariwang lemon juice
- Cayenne pepper at sariwang giniling na itim na paminta, sa panlasa
- 2–3 pounds na buntot ng crawfish na may taba
- 3 kutsarang tinadtad na flat-leaf parsley
- Lutong mahabang butil na puting bigas, para ihain

MGA TAGUBILIN:

a) Sa isang malaki at mabigat na kaldero, tunawin ang mantikilya o painitin ang mantika sa katamtamang init. Idagdag ang harina at ihalo palagi. Kung gumagamit ng mantikilya, lutuin ang roux hanggang sa ito ay maging blonde o ginintuang kulay. Kung gumagamit ng mantika, ipagpatuloy ang pagluluto, paghahalo, hanggang sa katamtamang kayumanggi ang roux. Idagdag ang mga sibuyas, ang mga puting bahagi ng berdeng mga sibuyas, ang kampanilya na paminta, ang kintsay, at ang bawang at igisa, pagpapakilos, hanggang sa translucent.

b) Idagdag ang tomato paste, stock o tubig, thyme, bay leaves, Creole seasoning, asin, at lemon juice, timplahan ng cayenne at paminta, at pakuluan. Bawasan ang apoy, takpan, at kumulo sa loob ng 20 minuto, paminsan-minsang pagpapakilos at alisin ang anumang taba sa itaas. Idagdag ang crawfish, parsley, at green onion tops, pakuluan, bawasan ang apoy, at kumulo ng 10 minuto. Alisin ang mga dahon ng bay.

c) Kapag handa nang ihain, initin muli nang malumanay at ihain sa ibabaw ng kanin.

GRITS

66. Grits at Grillades

GUMAWA NG 6 NA SERVING

1 (3-pound) beef o veal round steak, pinutol hanggang humigit-kumulang 1/4 pulgada ang kapal

Asin at sariwang giniling na itim na paminta, sa panlasa

1 tasang all-purpose na harina

¾ tasa ng langis ng gulay, hinati

1 malaking sibuyas, tinadtad

1 berdeng paminta, tinadtad

1 bungkos ng berdeng sibuyas, tinadtad, berde at puting bahagi na pinaghiwalay

3 sibuyas ng bawang, tinadtad

1 malaking kamatis, tinadtad

1 kutsarang tomato paste

½ tasang red wine

3 tasang tubig

1 kutsarita ng red wine vinegar

½ kutsaritang pinatuyong thyme

1 kutsarang Worcestershire sauce

Asin, sariwang giniling na black pepper, at Creole seasoning, sa panlasa

3 kutsarang tinadtad na flat-leaf parsley

Grits para ihain 6, niluto ayon sa package Mga Tagubilin:
Gupitin ang karne ng baka sa humigit-kumulang 2 × 3-pulgada na piraso. Timplahan ng asin at paminta ang magkabilang panig.
Init ang 1/4 tasa ng mantika sa isang malaki, mabigat na kawali at ilagay ang harina sa isang mababaw na mangkok o plato. I-dredge ang bawat piraso ng steak sa harina, iwaksi ang labis, at kayumanggi sa magkabilang panig. Ilipat ang karne sa mga tuwalya ng papel.
Idagdag ang natitirang mantika sa kawali at igisa ang mga sibuyas, ang mga puting bahagi ng berdeng sibuyas, ang bell pepper, at ang bawang hanggang sa translucent. Idagdag ang kamatis, tomato paste, alak, tubig, suka, thyme, Worcestershire sauce, at karne at timplahan ng asin, paminta, at Creole seasoning. Pakuluan. Bawasan ang apoy, takpan, at kumulo hanggang sa lumambot ang karne, mga 1 ½ oras. Idagdag ang parsley at green onion tops at ihain sa ibabaw ng grits.

67. Hipon at Grits

MGA INGREDIENTS:
- 3 libra malaking hipon (mga 15 hanggang 20 hanggang libra), binalatan at hiniwa
- 5 tablespoons mantikilya, hinati
- 8 berdeng sibuyas, tinadtad
- 5 malalaking sibuyas ng bawang, tinadtad
- Zest at juice ng 1 lemon
- 1/3 tasa ng tuyong puting alak
- 1 kutsarang Worcestershire sauce
- 1 kutsarita Italian seasoning
- Bagong giniling na itim na paminta, sa panlasa
- ½ kutsarita plus 1/4 kutsarita asin, hinati
- 1 kutsarita Creole seasoning
- 2 kutsarang tinadtad na flat-leaf parsley
- 1 tasa ng mabilis na grits
- 4 1/4 tasa ng tubig
- 1/4 tasa ng sariwang gadgad na Parmesan

MGA TAGUBILIN:
a) Matunaw ang 4 na kutsara ng mantikilya sa isang malaki at mabigat na kawali sa katamtamang init. Idagdag ang sibuyas at bawang at igisa hanggang matuyo. Idagdag ang hipon at igisa, haluin, ng ilang minuto hanggang sa maging pink ang mga ito. Idagdag ang lemon zest at juice, alak, Worcestershire sauce, Italian seasoning, pepper, Creole seasoning, at ½ kutsarita ng asin at kumulo ng mga 3 minuto. Huwag masyadong lutuin ang hipon. Alisin mula sa apoy at budburan ng perehil.

b) Upang lutuin ang mga grits, pakuluan ang tubig sa isang malaking kasirola at idagdag ang mga grits sa isang tuluy-tuloy na stream habang hinahalo. Idagdag ang natitirang asin. Takpan, bawasan ang apoy sa mahina, at kumulo ng mga 10 minuto. Alisin mula sa init at pukawin ang Parmesan at natitirang mantikilya. Ihain ang hipon sa ibabaw ng mga grits sa mga plato o sa mga mangkok.

68. Hipon, Andouille Sausage, at Grits

Gumagawa: 4 Servings

MGA INGREDIENTS

3 tasang tubig

2 kutsarita ng kosher na asin

¾ tasa ng mabilis na grits

2 kutsarang extra-virgin olive oil

½ pound andouille sausage, gupitin

½-pulgada ang kapal ng mga hiwa

½ libra malaking hipon, binalatan at hiniwa

1 kutsaritang tinadtad na bawang

¼ tasa ng tinadtad na berdeng sibuyas, at higit pa para sa dekorasyon

2 kutsarita ng Cajun seasoning

½ kutsarita ng ground black pepper

3 kutsarang inasnan na mantikilya

MGA TAGUBILIN

Sa isang medium na kasirola sa mataas na apoy, ibuhos ang tubig at asin. Sa sandaling magsimulang kumulo ang likido, agad na bawasan ang init sa medium. Pukawin ang likido, at unti-unting iwiwisik ang mga butil. Hayaang maluto ang mga butil hanggang sa lumapot at maging maganda at mag-atas (karaniwan ay 30 hanggang 35 minuto), at siguraduhing madalas na pukawin.

Habang nagluluto ang mga butil, kumuha ng kawali at ibuhos ang langis ng oliba. Painitin ang mantika sa katamtamang init, pagkatapos ay ihagis ang andouille sausage. Magluto ng 5 hanggang 7 minuto, o hanggang sa ito ay magkulay, pagkatapos ay ihagis ang hipon, bawang, at berdeng sibuyas. Budburan ang Cajun seasoning at black pepper.

Magluto ng 5 minuto pa, pagkatapos ay patayin ang apoy. Kapag lumapot na ang mga grits, idagdag ang mantikilya at ihalo.

I-plate ang grits, pagkatapos ay idagdag ang sausage, hipon, at sibuyas sa ibabaw. Palamutihan ng dagdag na berdeng sibuyas.

69. Creamy Cheesy Grits

Gumagawa ng: 4 HANGGANG 6 na Servings

MGA INGREDIENTS

3 tasang tubig

½ tasang mabigat na cream

1 tasa ng mabilis na grits

4 na kutsarang inasnan na mantikilya

1 kutsarita kosher salt

½ kutsarita ng ground black pepper

½ tasang ginutay-gutay na creamy Havarti cheese

½ tasang ginutay-gutay na matalim na cheddar cheese

MGA TAGUBILIN

Sa isang medium na kasirola sa mataas na apoy, ibuhos ang tubig at mabigat na cream. Kapag ito ay umabot na sa ganap na pigsa, iwiwisik ang mga grits at whisk. Bawasan ang init sa katamtamang mababang at lutuin ng 30 hanggang 35 minuto, paminsan-minsang pagpapapakilos upang maiwasan ang mga bukol.

Idagdag ang mantikilya, at iwiwisik ang asin, paminta, at keso. Haluin hanggang ang lahat ay maganda at mag-atas at maayos na pinagsama. Patayin ang init, pagkatapos ay ihain kasama ng iyong mga paboritong lutuing pang-almusal.

70. Hominy souffle

Gumagawa: 8 servings

MGA INGREDIENTS:
1 tasang Gatas
1 tasang Tubig
½ tasang Hominy grits
2 kutsarang Mantikilya, natunaw
¾ kutsarita ng Asin
3 Itlog, pinaghiwalay, pinalo ng mabuti
1. Magpainit ng gatas at tubig sa ibabaw ng double boiler.

2. Magdagdag ng hominy grits, haluin hanggang lumapot; magluto ng 1 oras.

3. Cool; magdagdag ng mantikilya, asin at mga yolks ng itlog, haluing mabuti.

4. Dahan-dahang tiklupin ang pinikpit na puti ng itlog.

Ibuhos ang timpla sa isang well-buttered casserole; maghurno sa preheated 325'F. oven 45 minuto.

71. Goat cheese polenta na may sun dried tomatoes

Gumagawa: 4 Servings

MGA INGREDIENTS:
- 1 tasa Plus 2 tablespoons dilaw na mais grits
- 2 (14 1/2-onsa) lata na walang taba na stock ng manok
- 2 sibuyas ng bawang, pinindot o tinadtad
- 6 ounces Goat cheese, gumuho
- ½ tasa ng mga kamatis na pinatuyo sa araw, gupitin sa mga piraso ng Matchstick-size

MGA TAGUBILIN:

a) Pagsamahin ang mga grits, stock ng manok at bawang sa malaking kasirola na may mahigpit na takip.

b) Pakuluan sa katamtamang init, madalas na pagpapapakilos.

c) Bawasan ang init sa mababang at lutuin, pagpapakilos paminsan-minsan, sa loob ng 20 minuto. Alisin mula sa init at ihalo ang keso ng kambing at mga kamatis na pinatuyong araw.

d) Pagwilig ng isang baking dish na may nonstick cooking spray.

e) Ilagay ang pinaghalong grits sa ulam at pindutin ng basang mga kamay upang kumalat nang pantay.

f) Palamigin sa temperatura ng silid at palamigin.

g) Kapag pinalamig nang husto, lumabas sa cutting board at gupitin sa 64 na mga parisukat upang magsilbing hors d'oeuvres.

PRIRITO NA TO

72. Klasikong Southern Fried Catfish

Mga sangkap:

4-6 na fillet ng hito
1 tasang all-purpose na harina
1 tsp asin
1/2 tsp itim na paminta
1/4 tsp cayenne pepper
1/4 tsp bawang pulbos
1/4 tsp sibuyas na pulbos
1/4 tsp paprika
1 tasang buttermilk
Langis ng gulay, para sa pagprito
Mga Tagubilin:

Sa isang mababaw na mangkok, paghaluin ang harina, asin, itim na paminta, paminta ng cayenne, pulbos ng bawang, pulbos ng sibuyas, at paprika.

Sa isa pang mababaw na mangkok, ibuhos ang buttermilk.

Isawsaw ang bawat fillet ng hito sa buttermilk, pagkatapos ay balutin ito sa pinaghalong harina, ipagpag ang anumang labis.

Init ang humigit-kumulang 1 pulgada ng langis ng gulay sa isang malaking kawali sa katamtamang init.

Iprito ang mga fillet ng hito sa mga batch hanggang sa ginintuang kayumanggi at maluto, mga 3-4 minuto bawat panig. Patuyuin ang mga ito sa mga tuwalya ng papel.

73. Cajun Blackened Catfish

Mga sangkap:

4-6 na fillet ng hito
1/4 tasa ng tinunaw na mantikilya
1 kutsarang paprika
1 tsp bawang pulbos
1 tsp sibuyas pulbos
1 tsp asin
1/2 tsp itim na paminta
1/2 tsp cayenne pepper
Langis ng gulay, para sa pagprito
Mga Tagubilin:

Sa isang maliit na mangkok, paghaluin ang paprika, pulbos ng bawang, pulbos ng sibuyas, asin, itim na paminta, at paminta ng cayenne.

I-brush ang bawat fillet ng hito na may tinunaw na mantikilya, pagkatapos ay balutin ang magkabilang panig ng pinaghalong pampalasa.

Init ang tungkol sa 1/4 pulgada ng langis ng gulay sa isang malaking kawali sa mataas na init.

Idagdag ang mga fillet ng hito at lutuin ng mga 3-4 minuto bawat gilid, hanggang sa maitim at maluto.

74. Cornmeal-Crusted Pritong Hito

Mga sangkap:

4-6 na fillet ng hito
1/2 tasa ng all-purpose na harina
1/2 tasa ng dilaw na cornmeal
1 tsp asin
1/2 tsp itim na paminta
1/2 tsp cayenne pepper
1/4 tsp bawang pulbos
1/4 tsp sibuyas na pulbos
1/4 tsp paprika
1 tasang buttermilk
Langis ng gulay, para sa pagprito
Mga Tagubilin:

Sa isang mababaw na mangkok, paghaluin ang harina, cornmeal, asin, black pepper, cayenne pepper, garlic powder, onion powder, at paprika.

Sa isa pang mababaw na mangkok, ibuhos ang buttermilk.

Isawsaw ang bawat fillet ng hito sa buttermilk, pagkatapos ay balutin ito sa pinaghalong harina, ipagpag ang anumang labis.

Init ang humigit-kumulang 1 pulgada ng langis ng gulay sa isang malaking kawali sa katamtamang init.

Iprito ang mga fillet ng hito sa mga batch hanggang sa ginintuang kayumanggi at maluto, mga 3-4 minuto bawat panig. Patuyuin ang mga ito sa mga tuwalya ng papel.

75. Panko-Crusted Pritong Hito

Mga sangkap:

4-6 na fillet ng hito
1 tasang all-purpose na harina
1 tsp asin
1/2 tsp itim na paminta
1/4 tsp cayenne pepper
1 tasang buttermilk
1 tasang panko breadcrumbs
Langis ng gulay, para sa pagprito
Mga Tagubilin:

Sa isang mababaw na mangkok, paghaluin ang harina, asin, itim na paminta, at cayenne pepper.
Sa isa pang mababaw na mangkok, ibuhos ang buttermilk.
3. Isawsaw ang bawat fillet ng hito sa buttermilk, pagkatapos ay balutin ito sa pinaghalong harina, ipagpag ang anumang labis.

Isawsaw ang floured fillet sa panko breadcrumbs, dahan-dahang pinindot ang mga ito upang madikit.

Init ang humigit-kumulang 1 pulgada ng langis ng gulay sa isang malaking kawali sa katamtamang init.

Iprito ang mga fillet ng hito sa mga batch hanggang sa ginintuang kayumanggi at maluto, mga 3-4 minuto bawat panig. Patuyuin ang mga ito sa mga tuwalya ng papel.

76. Lemon-Pepper Fried Catfish

Mga sangkap:

4-6 na fillet ng hito
1 tasang all-purpose na harina
1 tsp asin
1 tsp lemon pepper seasoning
1/2 tsp bawang pulbos
1/2 tsp sibuyas na pulbos
1/2 tsp paprika
1 tasang buttermilk
Langis ng gulay, para sa pagprito
Mga Tagubilin:

Sa isang mababaw na mangkok, paghaluin ang harina, asin, pampalasa ng lemon pepper, pulbos ng bawang, pulbos ng sibuyas, at paprika.

Sa isa pang mababaw na mangkok, ibuhos ang buttermilk.

Isawsaw ang bawat fillet ng hito sa buttermilk, pagkatapos ay balutin ito sa pinaghalong harina, ipagpag ang anumang labis.

Init ang humigit-kumulang 1 pulgada ng langis ng gulay sa isang malaking kawali sa katamtamang init.

Iprito ang mga fillet ng hito sa mga batch hanggang sa ginintuang kayumanggi at maluto, mga 3-4 minuto bawat panig. Patuyuin ang mga ito sa mga tuwalya ng papel.

77. <u>Buttermilk at Hot Sauce Fried Catfish</u>

Mga sangkap:

4-6 na fillet ng hito
1 tasang all-purpose na harina
1 tsp asin
1/2 tsp itim na paminta
1/4 tsp cayenne pepper
1/4 tsp bawang pulbos
1/4 tsp sibuyas na pulbos
1/4 tsp paprika
1 tasang buttermilk
2 kutsarang mainit na sarsa
Langis ng gulay, para sa pagprito
Mga Tagubilin:

Sa isang mababaw na mangkok, paghaluin ang harina, asin, itim na paminta, paminta ng cayenne, pulbos ng bawang, pulbos ng sibuyas, at paprika.
Sa isa pang mababaw na mangkok, ibuhos ang buttermilk at mainit na sarsa.
Isawsaw ang bawat fillet ng hito sa pinaghalong buttermilk, pagkatapos ay balutin ito sa pinaghalong harina, na inalog ang anumang labis.
Init ang humigit-kumulang 1 pulgada ng langis ng gulay sa isang malaking kawali sa katamtamang init.
Iprito ang mga fillet ng hito sa mga batch hanggang sa ginintuang kayumanggi at maluto, mga 3-4 minuto bawat panig. Patuyuin ang mga ito sa mga tuwalya ng papel.

BOUDIN BALLS

78. Mga Klasikong Boudin Ball

Mga sangkap:

1 lb. baboy o manok boudin
1/2 tasa ng all-purpose na harina
2 itlog, pinalo
1 tasang breadcrumbs
Asin at itim na paminta, sa panlasa
Langis ng gulay, para sa pagprito
Mga Tagubilin:

Painitin muna ang oven sa 350°F.

Pagulungin ang boudin sa maliliit na bola, mga 1-2 pulgada ang lapad.

I-dredge ang mga bola sa harina, pagkatapos ay isawsaw ang mga ito sa pinalo na itlog, at igulong ang mga ito sa mga breadcrumb upang mabalutan.

Init ang humigit-kumulang 1 pulgada ng langis ng gulay sa isang malaking kawali sa katamtamang init.

Iprito ang boudin balls sa batch hanggang golden brown at crispy, mga 2-3 minuto bawat batch. Patuyuin ang mga ito sa mga tuwalya ng papel.

Ilipat ang pritong boudin balls sa isang baking sheet at maghurno sa preheated oven sa loob ng 5-10 minuto upang matiyak na sila ay ganap na naluto.

79. Spicy Boudin Balls

Mga sangkap:

1 lb. baboy o manok boudin
1 jalapeño pepper, seeded at pinong tinadtad
1/4 tasa tinadtad na berdeng sibuyas
1/4 tasa tinadtad na sariwang perehil
1/2 tasa ng all-purpose na harina
2 itlog, pinalo
1 tasang tinimplahan na breadcrumbs
Asin at itim na paminta, sa panlasa
Langis ng gulay, para sa pagprito
Mga Tagubilin:

Sa isang malaking mangkok, paghaluin ang boudin, jalapeño pepper, berdeng sibuyas, at perehil.

Pagulungin ang timpla sa maliliit na bola, mga 1-2 pulgada ang lapad.

I-dredge ang mga bola sa harina, pagkatapos ay isawsaw ang mga ito sa pinalo na mga itlog, at igulong ang mga ito sa napapanahong mga breadcrumb upang mabalutan.

Init ang humigit-kumulang 1 pulgada ng langis ng gulay sa isang malaking kawali sa katamtamang init.

Iprito ang boudin balls sa batch hanggang golden brown at crispy, mga 2-3 minuto bawat batch. Patuyuin ang mga ito sa mga tuwalya ng papel.

80. Mga Boudin Ball na pinalamanan ng Keso

Mga sangkap:

1 lb. baboy o manok boudin
4 oz. cream cheese, pinalambot
1/4 tasa ng gadgad na Parmesan cheese
1/4 tasa tinadtad na berdeng sibuyas
1/2 tasa ng all-purpose na harina
2 itlog, pinalo
1 tasang tinimplahan na breadcrumbs
Asin at itim na paminta, sa panlasa
Langis ng gulay, para sa pagprito
Mga Tagubilin:

Sa isang malaking mangkok, paghaluin ang boudin, cream cheese, Parmesan cheese, at berdeng mga sibuyas.

Pagulungin ang timpla sa maliliit na bola, mga 1-2 pulgada ang lapad.

I-dredge ang mga bola sa harina, pagkatapos ay patagin ang mga ito nang bahagya at ilagay ang isang maliit na cube ng keso sa gitna. Pagulungin ang mga bola sa paligid ng keso upang ganap itong masakop.

Isawsaw ang mga bola sa pinalo na itlog, at igulong ang mga ito sa tinimplahan na mga breadcrumb para mabalutan.

Init ang humigit-kumulang 1 pulgada ng langis ng gulay sa isang malaking kawali sa katamtamang init.

Iprito ang boudin balls sa batch hanggang golden brown at crispy, mga 2-3 minuto bawat batch. Patuyuin ang mga ito sa mga tuwalya ng papel.

81. Crawfish Boudin Balls

Mga sangkap:

1 lb. crawfish boudin
1/4 tasa tinadtad na berdeng sibuyas
1/4 tasa tinadtad na sariwang perehil
1/2 tasa ng all-purpose na harina
2 itlog, pinalo
1 tasang tinimplahan na breadcrumbs
Asin at itim na paminta, sa panlasa
Mantika

Mga Tagubilin:

Sa isang malaking mangkok, paghaluin ang crawfish boudin, berdeng sibuyas, at perehil.

Pagulungin ang timpla sa maliliit na bola, mga 1-2 pulgada ang lapad.

I-dredge ang mga bola sa harina, pagkatapos ay isawsaw ang mga ito sa pinalo na mga itlog, at igulong ang mga ito sa napapanahong mga breadcrumb upang mabalutan.

Init ang humigit-kumulang 1 pulgada ng langis ng gulay sa isang malaking kawali sa katamtamang init.

Iprito ang crawfish boudin balls sa mga batch hanggang golden brown at crispy, mga 2-3 minuto bawat batch. Patuyuin ang mga ito sa mga tuwalya ng papel.

82. Pinausukang Boudin Balls

Mga sangkap:

1 lb. pinausukang boudin
1/4 tasa tinadtad na berdeng sibuyas
1/4 tasa tinadtad na sariwang perehil
1/2 tasa ng all-purpose na harina
2 itlog, pinalo
1 tasang tinimplahan na breadcrumbs
Asin at itim na paminta, sa panlasa
Langis ng gulay, para sa pagprito
Mga Tagubilin:

Sa isang malaking mangkok, paghaluin ang pinausukang
boudin, berdeng sibuyas, at perehil.
Pagulungin ang timpla sa maliliit na bola, mga 1-2 pulgada
ang lapad.
I-dredge ang mga bola sa harina, pagkatapos ay isawsaw ang
mga ito sa pinalo na mga itlog, at igulong ang mga ito sa
napapanahong mga breadcrumb upang mabalutan.
Init ang humigit-kumulang 1 pulgada ng langis ng gulay sa
isang malaking kawali sa katamtamang init.
Iprito ang pinausukang boudin balls sa mga batch hanggang
golden brown at crispy, mga 2-3 minuto bawat batch.
Patuyuin ang mga ito sa mga tuwalya ng papel.

PO' BOYS

83. Hipon Po' Boy

Mga sangkap:

1 lb. katamtamang hipon, binalatan at hiniwa
1 tasang buttermilk
1 tasang all-purpose na harina
1 tsp. pulbos ng bawang
1 tsp. paprika
1/2 tsp. cayenne pepper
Asin at itim na paminta, sa panlasa
Langis ng gulay, para sa pagprito
French bread roll
Lettuce, hiniwang kamatis, at mayonesa, para sa paghahatid
Mga Tagubilin:

Sa isang malaking mangkok, pagsamahin ang hipon at buttermilk, at haluin upang mabalot ang hipon. Takpan ang mangkok at palamigin ng 1 oras.

Sa isang mababaw na ulam, pagsamahin ang harina, pulbos ng bawang, paprika, paminta ng cayenne, asin, at itim na paminta, at pukawin upang pagsamahin.

Sa isang malaking kawali, init ang humigit-kumulang 1 pulgada ng langis ng gulay sa medium-high heat. I-dredge ang hipon sa pinaghalong harina, ipagpag ang anumang labis, at iprito sa mga batch hanggang sa ginintuang kayumanggi at malutong, mga 2-3 minuto bawat batch. Patuyuin ang hipon sa mga tuwalya ng papel.

Hatiin ang French bread roll sa kalahating pahaba, at ikalat ang mayonesa sa magkabilang panig. Magdagdag ng lettuce at hiniwang kamatis, pagkatapos ay itaas ang pinirito na hipon. Ihain nang mainit.

84. Oyster Po' Boy

Mga sangkap:

1 pinta sariwang talaba, tinadtad
1 tasang all-purpose na harina
1 tsp. pulbos ng bawang
1 tsp. paprika
1/2 tsp. cayenne pepper
Asin at itim na paminta, sa panlasa
Langis ng gulay, para sa pagprito
French bread roll
Lettuce, hiniwang kamatis, at mayonesa, para sa paghahatid
Mga Tagubilin:

Sa isang mababaw na ulam, pagsamahin ang harina, pulbos ng bawang, paprika, paminta ng cayenne, asin, at itim na paminta, at pukawin upang pagsamahin.

Sa isang malaking kawali, init ang humigit-kumulang 1 pulgada ng langis ng gulay sa medium-high heat. I-dredge ang mga talaba sa pinaghalong harina, ipagpag ang anumang labis, at iprito sa mga batch hanggang sa ginintuang kayumanggi at malutong, mga 2-3 minuto bawat batch. Patuyuin ang mga talaba sa mga tuwalya ng papel.

Hatiin ang French bread roll sa kalahating pahaba, at ikalat ang mayonesa sa magkabilang panig. Magdagdag ng lettuce at hiniwang kamatis, pagkatapos ay itaas ang pritong talaba. Ihain nang mainit.

85. <u>Fried Chicken Po' Boy</u>

Mga sangkap:

2 walang buto, walang balat na dibdib ng manok, gupitin sa manipis na piraso
1 tasang all-purpose na harina
1 tsp. paprika
1 tsp. pulbos ng bawang
1/2 tsp. cayenne pepper
Asin at itim na paminta, sa panlasa
1/2 tasa ng buttermilk
Langis ng gulay, para sa pagprito
French bread roll
Lettuce, hiniwang kamatis, at mayonesa, para sa paghahatid
Mga Tagubilin:

Sa isang mababaw na ulam, pagsamahin ang harina, paprika, pulbos ng bawang, paminta ng cayenne, asin, at itim na paminta, at haluin upang pagsamahin.
Sa isang hiwalay na ulam, ibuhos ang buttermilk.
Init ang humigit-kumulang 1 pulgada ng langis ng gulay sa isang malaking kawali sa katamtamang init.
I-dredge ang mga piraso ng manok sa pinaghalong harina, ipagpag ang anumang labis, at pagkatapos ay isawsaw ang mga ito sa buttermilk. I-dredge muli ang mga ito sa pinaghalong harina para mabalutan.
Iprito ang mga piraso ng manok sa mga batch sa mainit na mantika hanggang sa ginintuang kayumanggi at malutong, mga 3-4 minuto bawat batch. Patuyuin ang manok sa mga tuwalya ng papel.
Hatiin ang French bread roll sa kalahating pahaba, at ikalat ang mayonesa sa magkabilang panig. Magdagdag ng lettuce at hiniwang kamatis, pagkatapos ay itaas ang pritong manok. Ihain nang mainit.

86. Hito Po' Boy

Mga sangkap:

1 lb. catfish fillet, gupitin sa mga piraso
1 tasang buttermilk
1 tasang cornmeal
1 tsp. pulbos ng bawang
1 tsp. paprika
1/2 tsp. cayenne pepper
Asin at itim na paminta, sa panlasa
Langis ng gulay, para sa pagprito
French bread roll
Lettuce, hiniwang kamatis, at mayonesa, para sa paghahatid
Mga Tagubilin:

Sa isang malaking mangkok, pagsamahin ang hito at buttermilk, at haluin upang mabalot ang isda. Takpan ang mangkok at palamigin ng 1 oras.

Sa isang mababaw na ulam, pagsamahin ang cornmeal, garlic powder, paprika, cayenne pepper, asin, at itim na paminta, at haluin upang pagsamahin.

Sa isang malaking kawali, init ang humigit-kumulang 1 pulgada ng langis ng gulay sa medium-high heat. I-dredge ang hito sa pinaghalong cornmeal, ipagpag ang anumang labis, at iprito sa mga batch hanggang golden brown at malutong, mga 2-3 minuto bawat batch. Patuyuin ang hito sa mga tuwalya ng papel.

Hatiin ang French bread roll sa kalahating pahaba, at ikalat ang mayonesa sa magkabilang panig. Magdagdag ng lettuce at hiniwang kamatis, pagkatapos ay itaas ang pinirito na hito. Ihain nang mainit.

87. Roast Beef Po' Boy

Mga sangkap:

1 lb. deli roast beef, hiniwa nang manipis
1/2 tasa ng mayonesa
2 tbsp. malunggay
2 tbsp. ketchup
1 tbsp. Worcestershire sauce
Asin at itim na paminta, sa panlasa
French bread roll
Lettuce, hiniwang kamatis, at atsara, para ihain
Mga Tagubilin:

Sa isang maliit na mangkok, haluin ang mayonesa,
malunggay, ketchup, sarsa ng Worcestershire, asin, at itim na
paminta.
Hatiin ang French bread roll sa kalahating pahaba, at ikalat
ang pinaghalong mayonesa sa magkabilang panig.
Idagdag ang inihaw na karne ng baka, lettuce, hiniwang
kamatis, at atsara sa mga rolyo, at ihain kaagad.

REDFISH COURTBOUILLON

88. <u>Louisiana Redfish Courtbouillon</u>

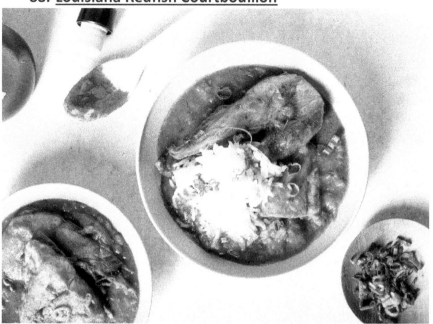

Mga sangkap:

2 lb. redfish fillet, gupitin sa kagat-laki ng mga piraso
2 tbsp. langis ng oliba
1 malaking sibuyas, tinadtad
1 malaking kampanilya paminta, tinadtad
2 tangkay ng kintsay, tinadtad
2 cloves ng bawang, tinadtad
1 (28-oz.) lata na buong kamatis, dinurog gamit ang kamay
1 (8-oz.) lata na tomato sauce
2 dahon ng bay
1 tsp. pinatuyong thyme
1 tsp. pinatuyong oregano
1 tsp. paprika
1/2 tsp. cayenne pepper
Asin at itim na paminta, sa panlasa
Mainit na nilutong kanin, para ihain
Mga Tagubilin:

Sa isang malaking Dutch oven o mabigat na kaldero, init ang langis ng oliba sa katamtamang init. Idagdag ang sibuyas, kampanilya, kintsay, at bawang, at lutuin hanggang sa lumambot ang mga gulay, mga 5 minuto.

Idagdag ang durog na kamatis, tomato sauce, bay leaves, thyme, oregano, paprika, cayenne pepper, asin, at black pepper sa palayok. Dalhin ang pinaghalong kumulo, pagkatapos ay bawasan ang apoy sa mababang at lutuin ng 30 minuto.

Idagdag ang redfish sa kaldero at lutuin ng karagdagang 10-15 minuto, hanggang sa maluto ang isda at madaling matuklap gamit ang isang tinidor.

Ihain ang courtbouillon na mainit sa mainit na nilutong kanin.

89. Emeril Lagasse Redfish Courtbouillon

Mga sangkap:

4 tbsp. mantika
2 lb. redfish fillet, gupitin sa kagat-laki ng mga piraso
1 malaking sibuyas, tinadtad
1 malaking kampanilya paminta, tinadtad
3 tangkay ng kintsay, tinadtad
4 cloves na bawang, tinadtad
1 (28-oz.) lata na buong kamatis, dinurog gamit ang kamay
2 dahon ng bay
1 tsp. pinatuyong thyme
1 tsp. pinatuyong oregano
1 tsp. paprika
1/4 tsp. cayenne pepper
Asin at itim na paminta, sa panlasa
4 na tasang nilutong puting bigas, para ihain
Mga Tagubilin:

Sa isang malaking Dutch oven o mabigat na kaldero, init ang langis ng gulay sa katamtamang init. Idagdag ang redfish at lutuin ng 2-3 minuto sa bawat panig, hanggang sa bahagyang browned. Alisin ang isda sa palayok at itabi.

Idagdag ang sibuyas, kampanilya, kintsay, at bawang sa kawali, at lutuin ng 5-7 minuto, hanggang sa lumambot ang mga gulay.

Idagdag ang durog na kamatis, dahon ng bay, thyme, oregano, paprika, cayenne pepper, asin, at itim na paminta sa palayok. Dalhin ang timpla sa isang kumulo, pagkatapos ay bawasan ang apoy sa mababang at lutuin ng 15-20 minuto.

Idagdag ang redfish sa kaldero at lutuin ng karagdagang 10-15 minuto, hanggang sa maluto ang isda at madaling matuklap gamit ang isang tinidor.

Ihain ang courtbouillon na mainit sa ibabaw ng nilutong puting bigas.

90. Saveur Redfish Courtbouillon

Mga sangkap:

1/4 tasa ng langis ng gulay
2 lb. redfish fillet, gupitin sa kagat-laki ng mga piraso
1 malaking sibuyas, tinadtad
1 malaking kampanilya paminta, tinadtad
2 tangkay ng kintsay, tinadtad
2 cloves ng bawang, tinadtad
1 (14-oz.) lata ng mga kamatis na diced, pinatuyo
1 (8-oz.) lata na tomato sauce
1 tsp. paprika
1/2 tsp. cayenne pepper
1 tsp. pinatuyong thyme
1 tsp. pinatuyong oregano
Asin at itim na paminta, sa panlasa
4 na tasang nilutong puting bigas, para ihain
Mga Tagubilin:

Sa isang malaking Dutch oven o mabigat na kaldero, init ang langis ng gulay sa katamtamang init. Idagdag ang redfish at lutuin ng 2-3 minuto sa bawat panig, hanggang sa bahagyang browned. Alisin ang isda sa palayok at itabi.
Idagdag ang sibuyas, kampanilya, kintsay, at bawang sa kawali, at lutuin ng 5-7 minuto, hanggang sa lumambot ang mga gulay.
Idagdag ang diced tomatoes, tomato sauce, paprika, cayenne pepper, thyme, oregano, asin, at black pepper sa palayok, at haluin upang pagsamahin. Dalhin ang timpla sa isang kumulo, pagkatapos ay bawasan ang apoy sa mababang at lutuin ng 15-20 minuto.
Idagdag ang redfish sa kaldero at lutuin ng karagdagang 10-15 minuto, hanggang sa maluto ang isda at madaling matuklap gamit ang isang tinidor.
Ihain ang courtbouillon na mainit sa ibabaw ng nilutong puting bigas.

MGA BEIGNET

91. Grand Marnier beignets

Mga sangkap

- 1 pakete ng dry yeast
- 4 na kutsarang mainit na tubig
- 3 $\frac{1}{2}$ tasa ng harina
- 1 kutsarita ng asin
- $\frac{1}{4}$ tasa ng asukal
- 1 kutsarita ng orange granules
- 1 $\frac{1}{8}$ tasa ng gatas
- 3 itlog, pinalo
- $\frac{1}{4}$ tasa ng tinunaw na mantikilya
- $\frac{1}{8}$ tasa ng Grand Marnier
- 1 tasang may pulbos na asukal
- $\frac{1}{4}$ tasa ng lemon juice (opsyonal)
- langis para sa deep-frying

Mga direksyon

1. Sa isang maliit na mangkok, i-dissolve ang yeast sa maligamgam na tubig. Itabi ang mangkok sa isang mainit na lugar sa loob ng 15-20 minuto.
2. Init ang mantika sa isang deep fryer sa 375°F. Sa isang malaking mixing bowl, pagsamahin ang harina, asin, asukal, at orange na butil, at haluing mabuti upang matiyak ang tamang paghahalo. I-fold sa dissolved yeast, ang gatas, itlog, mantikilya, at liqueur. Ipagpatuloy ang paghahalo hanggang sa mabuo ang isang makinis na beignet dough. Ilagay ang kuwarta sa isang medium metal bowl, takpan ng basang tuwalya, at hayaang tumaas ang kuwarta sa loob ng isang oras.
3. Alisin ang kuwarta sa isang well-floured na ibabaw at igulong sa humigit-kumulang 1/4" ang kapal. Gupitin ito sa mga hugis-parihaba na hugis, 2 "x 3", at ibalik ang

mga ito sa isang kawali na may bahagyang harina. Takpan ang kawali gamit ang tuwalya at hayaang tumaas ang kuwarta sa loob ng 35 hanggang 45 minuto.

4. I-deep fry ang mga parisukat sa mainit na mantika, paikutin nang isang beses, hanggang sa ginintuang kayumanggi, mga 3-4 minuto. Alisin sa mantika gamit ang slotted na kutsara o basket strainer. Patuyuin ang mga Beignet sa isang tuwalya ng papel, at pagkatapos ay lagyan ng alikabok ng masaganang may pulbos na asukal. Maaari mo ring budburan ng sariwang lemon juice.

5. Ihain nang mainit kasama ng chicory na kape o iba pang matapang na timpla.

6. Naghahain ng 8-10

92. Beignets na may asukal sa kanela

GUMAWA NG MGA 28 BEIGNET

350ml mainit na tubig

170ml evaporated milk
2 itlog
50g mantikilya, pinalambot
900 g plain na harina
100 g ng asukal sa caster

1 kutsaritang fast-action yeast isang kurot ng asin na vegetable oil, para sa pagpapadulas ng 100g icing sugar

1 kutsaritang giniling na kanela, o ayon sa panlasa

Ilagay ang tubig, evaporated milk, itlog at mantikilya sa mangkok ng food mixer at malumanay na talunin gamit ang paddle attachment hanggang sa pagsamahin. Idagdag ang harina, asukal, lebadura at asin at patuloy na talunin nang malumanay hanggang sa maihalo nang mabuti. Palakihin ang bilis at talunin para sa isa pang 3-4 minuto hanggang sa makakuha ka ng makinis, malagkit na kuwarta. Hindi ko ipapayo na gawin itong kuwarta sa pamamagitan ng kamay, dahil ito ay basa at malagkit na kuwarta at mas madaling gawin gamit ang food mixer.

Banayad na langisan ang isang malaking mangkok at i-scrape ang kuwarta dito, paikutin ito nang isa o dalawang beses upang magkaroon ito ng manipis na patong ng mantika sa kabuuan. Takpan ang mangkok na may cling film (ang may langis na ibabaw ay maiiwasan itong dumikit sakaling tumaas ito nang ganoon kataas) at itabi upang patunayan sa loob ng 3-4 na oras sa ibabaw ng trabaho; dapat doble ang laki nito. Maaari mo ring patunayan ang kuwarta sa refrigerator sa magdamag.

Salain ang icing sugar sa isang mangkok at haluin ang kanela. Itabi.

I-out ang bola ng kuwarta sa isang lightly oiled worktop at hatiin sa apat na bahagi. Igulong ang bawat piraso sa hugis ng sausage na humigit-kumulang 3cm ang lapad at gupitin ang dayagonal sa 2-3cm na hiwa - dapat kang makakuha ng mga 7 beignets mula sa bawat quarter. Kung gusto mong i-freeze ang isang batch, ilagay ang mga ito sa isang baking tray upang mag-freeze sa simula, pagkatapos ay ilagay sa isang bag o batya at iwanan sa freezer hanggang sa gusto mong kumain (nagluto sila mula sa frozen kaya hindi na kailangang mag-defrost).

Init ang mantika sa isang deep fat fryer sa 180°C/350°F. Magdagdag ng humigit-kumulang 4 o 5 beignets sa isang pagkakataon at iprito sa loob ng 4 na minuto hanggang sa malalim na ginintuang kayumanggi, maingat na lumiliko sa kalahati gamit ang isang tinidor upang maluto ang kabilang panig. Kung nagluluto mula sa frozen, magdagdag ng dagdag na minuto o dalawa sa oras ng pagluluto. Patuyuin ng ilang sandali sa papel ng kusina bago ihagis ang asukal na may lasa ng kanela at itabi sa isang plato. Ulitin sa natitirang mga beignet. Ihain kaagad habang mainit pa.

LAGNIAPPE

93. Lagniappe

GUMAGAWA NG 6–8 NA SERVING

MGA INGREDIENTS:
- 2 pounds na walang buto, pinutol na buwaya, pinutol sa 1-pulgadang piraso
- Asin at sariwang giniling na itim na paminta, sa panlasa
- 2 kutsara plus ½ tasa ng langis ng gulay, hinati
- 3/4 tasa ng all-purpose na harina
- 1 malaking sibuyas, tinadtad
- 1 bungkos na berdeng sibuyas, tinadtad, puti at berdeng mga bahagi ay pinaghiwalay
- 1 berdeng paminta, tinadtad
- 2 tangkay ng kintsay, tinadtad
- 4 na sibuyas ng bawang, tinadtad
- 2 malalaking sariwang kamatis, sa panahon, binalatan at tinadtad, o 1 (14-onsa) na de lata na tinadtad na mga kamatis na plum
- 1 (10-onsa) lata ng orihinal na Ro-tel na kamatis
- Juice ng 1 lemon
- 2 kutsarang Worcestershire sauce
- 1 kutsarita ng asin
- ½ kutsarita sariwang giniling na itim na paminta
- 1/4 kutsarita ng cayenne pepper
- 2 dahon ng bay
- 2 tasang baka ng baka
- 1/3 tasa tinadtad na flat-leaf parsley
- Lutong mahabang butil na puting bigas, para ihain

MGA TAGUBILIN:
a) Timplahan ng asin at paminta ang alligator. Init ang 2 kutsara ng mantika sa isang malaking kawali, idagdag ang mga piraso ng alligator, at igisa sa lahat ng panig. Ang karne ay hindi magiging kayumanggi. Alisin ang alligator at itabi. I-save ang kawali para sa deglazing mamaya.

b) Init ang natitirang langis sa isang malaki, mabigat na kaldero sa katamtamang init; idagdag ang harina at haluin palagi hanggang ang roux ay magsimulang maging kayumanggi. Bawasan ang apoy sa katamtaman at lutuin, patuloy na pagpapakilos, hanggang sa maging mapula-pula ang kulay ng roux. Idagdag kaagad ang sibuyas, ang mga puting bahagi ng berdeng mga sibuyas, ang kampanilya, at ang kintsay at igisa sa katamtamang apoy hanggang sa translucent. Idagdag ang bawang at igisa ng isang minuto pa. Ibalik ang alligator sa palayok.

c) Samantala, painitin ng kaunti ang stock sa kawali sa mataas na apoy upang matunaw. Haluin ang likido, siguraduhing kiskisan ang mga kayumangging piraso mula sa ilalim ng kawali, at idagdag ito sa palayok.

d) Idagdag ang natitirang sangkap maliban sa perehil sa palayok. Takpan at kumulo sa mahinang apoy, pagpapakilos paminsan-minsan, hanggang sa malambot ang karne, mga 30 minuto. Ayusin ang mga panimpla, idagdag ang berdeng sibuyas na tuktok at perehil, at alisin ang mga dahon ng bay. Ihain sa ibabaw ng mainit na kanin.

94. Calas

GUMAWA NG 30 CALAS

MGA INGREDIENTS:
- ½ tasang all-purpose na harina
- 2 ½ kutsarita ng baking powder
- 1/3 tasa ng asukal
- ½ kutsarita ng asin
- ½ kutsarita ng sariwang gadgad na nutmeg
- 3 itlog
- 1 kutsarita ng vanilla
- 2 tasang lutong mahabang butil na puting bigas
- Langis ng gulay para sa malalim na pagprito
- Asukal ng mga confectioner na iwiwisik

MGA TAGUBILIN:
a) Sa isang malaking mangkok, haluin ang harina, baking powder, asukal, asin, at nutmeg. Idagdag ang mga itlog at vanilla at ihalo nang mabuti. Haluin ang kanin.

b) Sa isang malaking kawali o deep fryer, painitin ang mantika sa 360°. Maingat na ihulog ang pinaghalong sa pamamagitan ng mga kutsarita sa mainit na mantika sa mga batch. Iprito ang kuwarta, iikot nang madalas, hanggang sa ginintuang kayumanggi, at alisin sa mga tuwalya ng papel.

c) Budburan ng asukal sa mga confectioner at ihain nang mainit.

95. Corn Maque Choux

GUMAWA NG 8 SERVING

MGA INGREDIENTS:
- 6–8 tainga ng dilaw na mais
- 2 kutsarang mantikilya
- 1 berdeng paminta, tinadtad
- 1 katamtamang sibuyas, tinadtad
- 1 malaking kamatis, tinadtad
- 2 sibuyas ng bawang, tinadtad
- 3/4 tasa ng tubig
- Kurutin ang cayenne pepper
- 1 kutsarita ng asukal
- Asin at sariwang giniling na itim na paminta, sa panlasa

MGA TAGUBILIN:
a) Banlawan at linisin ang mais ng mga seda. Gamit ang isang napakatalim na kutsilyo sa isang malawak na mangkok, gupitin ang mga butil sa kalahati patungo sa pumalo. Gumamit ng kutsilyo sa mesa upang kiskisan ang mga katas mula sa natitirang bahagi ng mga butil. Itabi.

b) Sa isang malaki, mabigat na kawali o katamtamang kaldero, init ang mantikilya at igisa ang kampanilya at sibuyas hanggang sa maging transparent. Idagdag ang kamatis at bawang at lutuin sa medium heat sa loob ng 5 minuto. Idagdag ang tubig, mais, cayenne pepper, at asukal at timplahan ng asin at paminta. Pakuluan, bawasan ang init sa mababang, takpan, at kumulo hanggang maluto ang mais, mga 30 minuto. Tikman at ayusin ang mga panimpla.

96. Crawfish Bisque

GUMAWA NG 4 NA SERVING

MGA INGREDIENTS:
- 3 kutsara plus ½ tasa ng langis ng gulay, hinati
- 2 pounds sariwang crawfish tails, lasaw, hinati
- 1 sibuyas, tinadtad at hinati
- 1 bungkos ng berdeng sibuyas, tinadtad at hinati
- 1 green bell pepper, tinadtad at hinati
- 3 sibuyas ng bawang, tinadtad at hinati
- 3/4 kutsarita ng asin, hinati
- 3/4 kutsarita sariwang giniling na itim na paminta, hinati
- 3/4 kutsarita Creole seasoning, hinati
- 2 tasang mumo ng tinapay1 itlog, pinalo
- 2/3 tasa plus ½ tasang all-purpose na harina, hinati
- 5 tasang seafood stock o tubig
- 2 kutsarang tomato paste
- Kurutin ang cayenne pepper, o sa panlasa
- 2 tasang lutong mahabang butil na puting bigas
- 2 kutsarang tinadtad na flat-leaf parsley

MGA TAGUBILIN:
a) Painitin ang oven sa 350°. Pagwilig ng isang malaking baking sheet na may nonstick cooking spray at itabi.

b) Init ang 3 kutsara ng mantika sa isang malaking kawali at igisa ang kalahati ng mga sibuyas, berdeng sibuyas, kampanilya, at bawang. Magdagdag ng 1 libra ng crawfish at igisa ng 5 minuto. Alisin ang pinaghalong sa isang food processor at gilingin sa pagkakapare-pareho ng giniling na karne. Ilipat ang timpla sa isang mangkok at magdagdag ng 1/4 kutsarita ng asin, 1/4 kutsarita ng paminta, 1/4 kutsarita ng Creole seasoning, mga mumo ng tinapay, at itlog at pagsamahin nang mabuti.

c) Ilagay ang 2/3 tasa ng harina sa isang mababaw na baking dish. Pagulungin ang timpla sa 1-pulgadang bola. Igulong ang mga bola sa harina at ilagay sa baking sheet. Maghurno, paikutin ang mga bola nang maraming beses, hanggang sa bahagyang kayumanggi ang lahat, mga 35 minuto. Itabi.

d) Init ang natitirang mantika sa isang medium, heavy pot sa medium-high heat. Idagdag ang natitirang harina, patuloy na pagpapakilos, hanggang sa maging kulay ng peanut butter. Idagdag ang natitirang mga sibuyas, kampanilya, at bawang, at lutuin hanggang sa translucent. Idagdag ang stock o tubig, tomato paste, ang natitirang asin, paminta, at Creole seasoning, at ang cayenne pepper, at kumulo, natatakpan, sa loob ng 15 minuto.

e) I-mince ang natitirang crawfish tails at idagdag sa bisque at ipagpatuloy ang pagluluto sa loob ng 15 minuto. Para sa isang makinis na bisque, timpla gamit ang isang hand blender. Idagdag ang crawfish balls at kumulo ng 5 minuto pa.

f) Ihain sa mga mangkok sa ibabaw ng kanin. Budburan ng perehil.

97. Crawfish Étouffée

GUMAGAWA NG 8–10 SERVING

MGA INGREDIENTS:

- 3/4 tasa mantikilya o langis ng gulay
- 3/4 tasa ng all-purpose na harina
- 1 malaking sibuyas, tinadtad
- 1 bungkos na berdeng sibuyas, tinadtad, puti at berdeng mga bahagi ay pinaghiwalay
- 1 berdeng paminta, tinadtad
- 3 tangkay ng kintsay, tinadtad.
- 4 malalaking sibuyas ng bawang, tinadtad
- 3 kutsarang tomato paste
- 6 na tasang seafood stock o tubig
- ½ kutsarita ng tuyo na thyme
- 3 dahon ng bay
- 1 kutsarita Creole seasoning
- 1 kutsarita ng asin
- 1 kutsarang sariwang lemon juice
- Cayenne pepper at sariwang giniling na itim na paminta, sa panlasa
- 2–3 pounds na buntot ng crawfish na may taba
- 3 kutsarang tinadtad na flat-leaf parsley
- Lutong mahabang butil na puting bigas, para ihain

MGA TAGUBILIN:

d) Sa isang malaki at mabigat na kaldero, tunawin ang mantikilya o painitin ang mantika sa katamtamang init. Idagdag ang harina at ihalo palagi. Kung gumagamit ng mantikilya, lutuin ang roux hanggang sa ito ay maging blonde o ginintuang kulay. Kung gumagamit ng mantika, ipagpatuloy ang pagluluto, paghahalo, hanggang sa katamtamang kayumanggi ang roux. Idagdag ang mga sibuyas, ang mga puting bahagi ng berdeng mga sibuyas, ang kampanilya na paminta, ang kintsay, at ang bawang at igisa, pagpapakilos, hanggang sa translucent.

e) Idagdag ang tomato paste, stock o tubig, thyme, bay leaves, Creole seasoning, asin, at lemon juice, timplahan ng cayenne at paminta, at pakuluan. Bawasan ang apoy, takpan, at kumulo sa loob ng 20 minuto, paminsan-minsang pagpapakilos at alisin ang anumang taba sa itaas. Idagdag ang crawfish, parsley, at green onion tops, pakuluan, bawasan ang apoy, at kumulo ng 10 minuto. Alisin ang mga dahon ng bay.

f) Kapag handa nang ihain, initin muli nang malumanay at ihain sa ibabaw ng kanin.

98. Mga Crawfish Pie

GUMAGAWA NG 5 (5-INCH) INDIBIDWAL NA PIES

MGA INGREDIENTS:
- Sapat na kuwarta para sa apat na 9-pulgadang pie (masarap ang binili sa tindahan)
- 2 pounds crawfish tails na may taba, hinati
- 6 na kutsarang mantikilya
- 6 na kutsarang all-purpose na harina
- 2 medium na sibuyas, tinadtad
- 1 berdeng paminta, tinadtad
- 4 na sibuyas ng bawang, tinadtad
- 2 tasa kalahati-at-kalahati
- 4 na kutsara ng sherry
- 2 kutsarang sariwang lemon juice
- 1 kutsarita ng asin
- 15 lumiliko sa isang black pepper mill
- 1 kutsarita ng cayenne pepper
- 4 na kutsarang tinadtad na flat-leaf parsley
- 1 itlog puti, pinalo

MGA TAGUBILIN:
a) Painitin muna ang oven sa 350°.
b) I-roll out ang pie dough sa 1/8-inch na kapal. Dapat meron ka
c) sapat na kuwarta para sa limang 5-pulgada na double-crusted na pie. Upang makuha ang tamang sukat para sa mga crust sa ibaba, ilagay ang isa sa mga kawali na nakabaligtad sa kuwarta at gupitin ang kuwarta ng 1 pulgada mula sa gilid ng kawali. Ang mga tuktok na crust ay dapat i-cut sa 5 pulgada para sa pinakamahusay na akma. Ilagay ang mga crust sa ibaba sa mga kawali ng pie at panatilihing malamig ang mga crust sa itaas sa refrigerator.
d) Sa isang food processor, i-chop ang kalahati ng crawfish buntot hanggang sa halos madurog. Iwanan ang iba nang buo.
e) Matunaw ang mantikilya sa isang daluyan, mabigat na palayok o malaking kawali sa katamtamang init. Idagdag ang harina at ihalo palagi hanggang sa mapusyaw na kayumanggi ang roux. Idagdag

ang sibuyas at bell pepper at igisa ng mga 5 minuto. Idagdag ang bawang at igisa ng 1 minuto pa. Idagdag ang kalahati at kalahati, sherry, lemon juice, asin, paminta, cayenne, at perehil at lutuin ng 5 minuto. Idagdag ang tinadtad at buong ulang at lutuin ng 5 minuto pa.

f) Punan ang bawat isa sa mga inihandang pie shell ng humigit-kumulang 1 tasa ng palaman ng crawfish. Takpan ang mga tuktok na crust at i-crimp ang mga gilid. Gupitin ang ilang hiwa sa tuktok na crust at lagyan ng puti ang itlog. Ilagay ang mga pie sa mga cookie sheet at maghurno hanggang sa bubbly ang laman at maging golden brown ang mga crust, mga 1 oras.

99. Dirty Rice

MGA INGREDIENTS:

- 3 tasang tubig
- 1 ½ tasang mahabang butil na puting bigas
- 1/4 plus 1 kutsarita ng asin, hinati
- 2 kutsarang langis ng gulay
- 1 sibuyas, tinadtad
- 6 na berdeng sibuyas, tinadtad, puti at berdeng mga bahagi ay pinaghiwalay
- 1 berdeng paminta, tinadtad
- 2 tangkay ng kintsay, tinadtad
- 3 sibuyas ng bawang, tinadtad
- 1 pound ground beef
- 1 pound atay ng manok, tinadtad
- ½ kutsarita sariwang giniling na itim na paminta
- ½ kutsarita ng cayenne pepper
- 1/3 tasa tinadtad na flat-leaf parsley

MGA TAGUBILIN:

a) Pakuluan ang tubig sa isang medium na kasirola. Idagdag ang kanin at 1/4 kutsarita ng asin. Bawasan ang apoy sa mahina, takpan, at lutuin hanggang sa masipsip ang lahat ng tubig, mga 20 minuto.

b) Sa isang daluyan, mabigat na kaldero, init ang mantika at igisa ang sibuyas, ang mga puting bahagi ng berdeng sibuyas, ang kampanilya, at ang kintsay hanggang sa translucent. Idagdag ang bawang at igisa ng isang minuto pa. Idagdag ang giniling na karne ng baka at kayumanggi, pagpapakilos. Idagdag ang mga atay ng manok at ipagpatuloy ang pagluluto at paghahalo hanggang sa maluto ang karne ng baka at atay, mga 10 minuto. Idagdag ang paminta at cayenne, takpan, at kumulo ng 5 minuto.

c) Paghaluin ang mga tuktok ng perehil at berdeng sibuyas. Dahan-dahang tiklupin ang bigas. Ihain kasama ng Louisiana hot sauce sa gilid.

100. Itlog Sardou

GUMAWA NG 4 NA SERVING

MGA INGREDIENTS:
PARA SA HOLANDAISE SAUCE
- 2 malaking pula ng itlog
- 1 ½ kutsarang sariwang lemon juice
- 2 sticks unsalted butter
- Asin at sariwang giniling na itim na paminta, sa panlasa
PARA SA ITLOG
- 2 (9-onsa) na bag na sariwang spinach
- 1 kutsarang langis ng oliba
- 1 kutsaritang tinadtad na bawang
- 1/3 tasa ng mabigat na cream
- Asin at sariwang giniling na itim na paminta, sa panlasa
- 8 fresh-cooked o canned artichoke bottoms
- 2 kutsarang puting suka
- 8 itlog

MGA TAGUBILIN:

a) Upang gawin ang sarsa, ilagay ang mga pula ng itlog at lemon juice sa isang blender. Pulse ng ilang beses upang ihalo.

b) Matunaw ang mantikilya sa isang basong pitsel sa microwave, mag-ingat na huwag itong pakuluan. Dahan-dahang ibuhos ang mantikilya sa pinaghalong itlog at haluin hanggang sa mabuo ang isang malapot at creamy na sarsa. Timplahan ng asin at paminta.

c) Upang gawin ang mga itlog, ihanda ang spinach sa pamamagitan ng paggisa nito sa langis ng oliba sa isang kasirola, pagpapakilos, hanggang sa malanta at matingkad pa ring berde. Paghaluin ang cream, timplahan ng asin at paminta, at panatilihing mainit-init.

d) Painitin ang ilalim ng artichoke at panatilihing mainit-init.

e) Punan ang isang kawali o mababaw na palayok na may 2 ½ pulgada ng tubig. Idagdag ang suka at init sa katamtamang init.

f) Isa-isang, basagin ang 4 na itlog sa isang maliit na tasa at dahan-dahang ibuhos ang mga ito sa tubig. Pakuluan ang mga itlog hanggang sa tumaas ang mga ito sa tuktok ng likido, at pagkatapos ay ibalik ang mga ito gamit ang isang kutsara. Lutuin hanggang mabuo ang mga puti ngunit matuyo pa rin ang pula. Alisin gamit ang isang slotted na kutsara at patuyuin gamit ang mga tuwalya ng papel. Ulitin sa natitirang mga itlog.

g) Kutsara ang isang serving ng spinach sa bawat isa sa 4 na plato. Maglagay ng 2 artichoke bottom sa bawat plato sa ibabaw ng spinach at maglagay ng itlog sa bawat artichoke. Sandok ang hollandaise sauce sa lahat at ihain kaagad.

KONGKLUSYON

Sa konklusyon, ang Cajun cuisine ay isang mayaman at magkakaibang istilo ng pagluluto na naging mahalagang bahagi ng kultural na pamana ng Louisiana. Ito ay isang lutuing nagpapakita ng kasaysayan at mga impluwensya ng magkakaibang populasyon ng rehiyon, na may mga pagkaing nagdiriwang ng matapang na lasa, nakabubusog na sangkap, at isang natatanging timpla ng mga pampalasa at panimpla.

Ang lutuing Cajun ay minamahal ng mga tao sa buong mundo para sa mayaman at kasiya-siyang mga pagkain tulad ng gumbo, jambalaya, at red beans at kanin. Tinatangkilik man sa isang tradisyonal na Cajun restaurant, isang food festival, o inihanda sa bahay, ang Cajun cuisine ay siguradong masisiyahan ang anumang pananabik para sa matapang at masarap na comfort food.

Sa kakaibang timpla ng mga pampalasa, nakabubusog na sangkap, at mayamang pamana ng kultura, ang Cajun cuisine ay naging isang mahalagang bahagi ng kulturang culinary ng Amerika, na minamahal ng mga tao mula sa lahat ng antas ng pamumuhay. Kahit na tuklasin ang mga panlasa ng bayou sa unang pagkakataon o tinatangkilik ang isang paboritong Cajun dish, ang lutuing ito ay siguradong mag-iiwan sa mga kumakain ng pakiramdam ng init at kasiyahan.

Milton Keynes UK
Ingram Content Group UK Ltd.
UKHW020647070823
426447UK00015B/947